AF762556

மித்ரசாரா

கௌரி முத்துகிருஷ்ணன்

Copyright © Gowri Muthukrishnan
All Rights Reserved.

This book has been published with all efforts taken to make the material error-free after the consent of the author. However, the author and the publisher do not assume and hereby disclaim any liability to any party for any loss, damage, or disruption caused by errors or omissions, whether such errors or omissions result from negligence, accident, or any other cause.

While every effort has been made to avoid any mistake or omission, this publication is being sold on the condition and understanding that neither the author nor the publishers or printers would be liable in any manner to any person by reason of any mistake or omission in this publication or for any action taken or omitted to be taken or advice rendered or accepted on the basis of this work. For any defect in printing or binding the publishers will be liable only to replace the defective copy by another copy of this work then available.

பொருளடக்கம்

பொருளடக்கம்

முன்னுரை

முன்னுரை

வணக்கம்,

இது எனது 28 ஆம் நாவல். கதை தாம்பத்தியம் பற்றியது. நாயகன் நாயகி இருவரின் தாம்பத்திய வாழ்க்கையில் உள்ள கசப்புகளை பேச போகிற கதை. காமமும் காதலும் வேறு வேறு நிலை. தாம்பத்தியம் தான் அதனின் முழுமை. அதில் உள்ள வலிகளை பதிவு செய்யவே இந்த கதை.

பொறுப்பு துறுப்பு

“ இக்கதையில் வரும் சம்பவங்களும், பெயர்களும், கதாபாத்திரங்க-ளும் அனைத்தும் கற்பனையே, இதில் வரும் எந்த கதாபாத்திரமும் கதை அமைப்பும் எவரையும் தனிப்பட்டு முறையில் புண்படுத்தும் நோக்கத்தோடு எழுதவில்லை என்று கூறிக் கொள்கிறேன். மீறியும் உங்கள் மனதில் சந்தேகம் எழுமானால் அதற்கு நான் பொறுப்பு அல்ல. "

" கதையில் காமமும் சொல்ல வேண்டிய தேவை இருப்பதால் 18 வயதுக்கு மேல் உள்ளவர்கள் மட்டும் வாசிக்கவும். "

அன்பு அனைத்தும் செய்யும்.

நன்றிகளுடன்,
கௌரி முத்துகிருஷ்ணன்

1

பொள்ளாச்சி

காலிங் பெல் அடிக்கவும் கதவை திறந்தாள் சாரா. வெளியே அவள் வீட்டில் வேலை பார்க்கும் அமுதா அக்கா நிற்க, கடிகாரத்தை பார்த்து விட்டு,

" என்ன அம்மு அக்கா, இவளோ சீக்கிரமா வந்து இருக்கீங்க? "

" கண்ணு கீழ் போர்ஷன் வாடகைக்கு விட போறாதா சொன்னியே, நம்ம கோபி கிருஷ்ணன் சார் தான் ஒரு பையனை அனுப்பி விட்டு இருக்காரு, அவர் ஆஃபீஸ் தான் வேலையாம். நம்பி குடுக்கலாம் நல்ல பையன் சொல்ல சொன்னார்."

" ஓ.. இருங்க அக்கா சாவி எடுத்துட்டு வரேன். "

சாரா சாவி எடுத்து கொண்டு கீழே வர, முகத்தில் உணர்வு தொலைத்து நின்று இருந்தான் மித்ரன்.

" வணக்கம், நான் சாரா. வீடு என்னோடது தான், மாசம் நாலாயிரத்தி ஐநூறு வாடகை. இருபது ஆயிரம் அட்வான்ஸ், அக்ரீமெண்ட் எழுதி கொடுக்கனும் சொன்னா தரேன். மத்தபடி எனக்கு எந்த கண்டிசனும் கிடையாது. " சாரா முழுதும் பேசி முடிக்க,

" கரெண்ட், தண்ணி எல்லாம் எப்படி?
" மித்ரன் கேட்க,

" கரெண்ட் தனித்தனி கணக்கு தான். தண்ணி மட்டும் ஒரே கனெக்சன். வீட்டுக்கு

பின்னாடி பைப் இருக்கு, அதில் வீட்டுக்கு பிடிச்சுக்கலாம். மீதி தண்ணி டேங்க் போய்டும். அதை மோட்டார் போட்டா, வீடுக்கு யூஸ் பண்ணிக்கலாம். அது போக போர் தண்ணியும் இருக்கு, அதுக்கும் கனெக்சன் தனியா உண்டு. "

" தாங்க்ஸ். வீட்டை பார்க்கலாமா? "

" கண்டிப்பா பாருங்க.. உங்க வீட்டிலிருந்து லேடீஸ் யாரும் வரலையா? " சாரா கேட்ட கேள்வியில் ஒரு நொடி சட்டென மித்ரன் முகம் சுருங்க, சாரா அமைதி-யாகி இருந்தாள்.

அமுதா அக்கா வீட்டின் கதவை திறக்க, மித்ரன் வீட்டின் உள்ளே செல்ல, சாரா வெளியே நின்று இருந்தாள். பார்த்து விட்டு வெளியே வந்தவன்,

" கட்டில் சோபா எல்லாம் இருக்கு? யாரோடது? "

" நான் தான் வாங்கி போட்டு இருக்கேன். நீங்க யூஸ் பண்ணிக்கலாம். "

" தாங்க்ஸ். எனக்கு வீடு பிடிச்சு இருக்கு. நான் மட்டும் தான் குடிவர போறேன். எனக்கு விவாகரத்து ஆகிடுச்சு. மனைவி, குழந்தை இப்படி யாரும் இல்ல. அப்பா, அம்மா எல்லாரும் கோவையில் இருக்காங்க. நான் தனியா இருக்கனும் தான் இங்க வந்தேன். என்னால உங்களுக்கு எந்த தொந்தரவும் இருக்காது. உங்-களுக்கு சரின்னா நான் இன்னிக்கி மதியம் போல குடி வரேன். நீங்க சொன்ன பணத்தையும் அப்பவே தந்தறேன். "

" இன்னிக்கி வேண்டாம் மித்ரன் நாளைக்கு வாங்க. பணமும் நாளைக்கே வாங்-கிக்கறேன். வீடு சுத்தம் பண்ணாம இருக்கு, தனியா எப்படி செய்வீங்க? நான் சுத்-தம் பண்ணிடுறேன். நாளைக்கு பால் காய்ச்சி முறையா வாங்க. " சாரா சொல்ல,

" தாங்க்ஸ் மேடம். ஆள் விட்டு சுத்தம் பண்ணுங்க அதுக்கு பணம் நான் கொடுக்-கரேன். "

" அதெல்லாம் வேண்டாம் சார் நான் பார்த்துக்கறேன். "

" ம்ம்.. சரி மேடம் வரேன். "

மித்ரன் செல்லவும் அமுதா அக்கா சாராவை கேள்வியாக பார்க்க,

" என்ன அக்கா? ஏன் இப்படி பார்க்காரீங்க? " சாரா கேட்க,

" பேமிலி யாராவதுக்கு கொடுத்து இருக்கலாம் இல்ல? "

" ஏன் அக்கா? அவர் விவாகரத்து பண்ணி தனியா இருந்தா கொடுக்க கூடாதா? என்ன வலியோ? தனியா இருக்கணும் சொல்லி வந்து இருக்கார். எந்த பிரச்சனையும் இல்லாத அப்போ எதுக்காக மறுக்கனும்? "

" இல்ல நீயும் தனியா இருக்கியே அதான். "

" அவரை பார்த்தா தப்பா தோணல, அது போக கோபி சார் சொன்ன அப்புறம் எதுக்கு கவலை? "

" சரிம்மா நான் போய் கோபி அண்ணா வீட்டில் வேலையை முடிச்சுட்டு வரேன். வந்து சுத்தம் பண்ணி தரேன். "

" அக்கா நான் பண்ணிக்கறேன். நீங்க பொறுமையா வாங்க "

" சரிம்மா "

சாரா சுத்தம் செய்து குளித்து வந்து இருக்கவும், அமுதா அக்கா வந்து காலிங் பெல் கொடுக்கவும் சரியாக இருந்தது. அமுதா தோசை சுட்டு தர உண்டவள் மதிய சமையலை சொல்லி விட்டு டிவி பார்க்க ஆரம்பித்து இருந்தாள். தினமும் அவளின் அன்றாட வேலையில் ஒரு படம் பார்த்து விட வேண்டும் என்பது எழுதப்படாத விதி. தனியே இருக்கும் இந்த பொழுதுகளை கழிக்க அவளின் உதவிக்கு நிற்பது வாசிப்பும், படங்களும் தான்.

அமுதா காலையும் மதியமும் சமைத்து, பாத்திரம் கழுவி வைத்து விட்டு சென்று விடுவார். அதன் பின் உண்டு பொழுதை போக்குவது தான் சாராவின் வேலை. அவளுக்கு குடும்பம் குட்டியென எதுவும் இல்லை. இப்போதைக்கு அவளின் ஒரே அடையாளம் விதவை. அவளின் ஒரே ஆதரவு அவளின் தம்பி. வாழ்க்கையில் எந்த கடமைகளும் இல்லாத ஒருத்தி.

அடுத்த நாள் அதிகாலையில் சாரா வாசலில் கோலம் போட்டுக் கொண்டு இருக்கும் போதே மித்ரன் வந்து இருந்தான். அவனை வரவேற்று விட்டு அவள் மாடி சென்று விட சிறிது நேரத்தில் அவனின் தாயும் தந்தையும், அக்காவும் மாமாவும் வந்து இருந்தனர். அவர்கள் தேவையான பொருட்களை எழுதி கொடுக்க, மித்ரன் அவனுடைய மாமன் உடன் சென்று வாங்கி வந்தான். பால் காய்ச்சும் போது மாடியில் உள்ளவர்களை அழைக்க சொல்லி மித்ரனின் தாய் ஜோதி கூறவும் மித்ரன் தயங்கி வந்து காலிங் பெல்லை அழுத்த, சாரா அப்போது தான் குளித்து வந்து இருந்தாள். கதவை திறந்தவள் அவனை யோசனையாக பார்க்க,

" அம்மா பூஜையில் கலந்துக்க வர சொன்னாங்க. கண்டிப்பா வாங்க மேடம், வீட்டுல சார் இருக்காரா? அவரையும் கூப்பிட்டு வாங்க "

" இல்ல.. வீட்டில் நான் மட்டும் தான். வேற யாரும் கிடையாது. "

" ஓ அப்போ நீங்க வாங்க "

" அது வந்து மித்ரன் சார்.. நான் ஒரு விடோ. நல்ல விஷயம் நடக்கும் போது நான் எதுக்கு? நீங்க நல்லபடி செய்யுங்க. "

" சாரி மேடம்."

" இட்ஸ் ஓகே சார். உங்களுக்கு என்னை பத்தி தெரியாது இல்லையா? தெரியாம பேசினதுக்கு எதுக்கு மன்னிப்பு? "

" நான் வரேன் மேடம். "

" நான் உங்களை விட சின்ன பொண்ணு தான் சாரான்னு பெயர் சொல்லியே கூப்பிடுங்க "

" வரங்க " என்று மித்ரன் விடைபெற்று செல்லவும் சாரா அவளின் வேலையை பார்க்க சென்று இருந்தாள்.

அன்று முழுவதும் மித்ரன் குடும்பம் இருந்து உதவி விட்டு, அன்று இரவு அனைவரும் கிளம்பி செல்ல, மித்ரன் அவர்களை பேருந்து ஏத்தி விட்டு இல்லம் வர, அமுதா அக்கா நின்று இருந்தார்.

" தம்பி நீங்க தனியா தானே இருக்கீங்க? சமையல் வீடு சுத்தம் இப்படி எதும் வேலைக்கு ஆள் வேணுமா? என் வேலை சுத்தமா இருக்கும் தம்பி " அமுதா அக்கா கேட்க,

" இல்ல அக்கா.. நான் ஒருத்தன் தானே? நானே எனக்கு எல்லாம் பண்ணிக்-குவேன். அம்மா வார கடைசி உதவிக்கு வருவாங்க. அதனால சாரி அக்கா. " மித்ரன் சொல்ல,

" சரி தம்பி. எதும் உதவி தேவை இருந்தா சாராகிட்ட சொல்லுங்க. அந்த பொண்ணு எனக்கு தகவல் சொல்லிடும். "

" கண்டிப்பா அக்கா " மித்ரன் கூறிவிட்டு வீட்டின் உள்ளே செல்ல, அமுதா அவரின் இல்லம் நோக்கி சென்று இருந்தார்.

காலையில் மித்ரன் எட்டு மணிக்கு எழுந்து பல் துலக்கி, கடைக்கு சென்று பால் வாங்கி வருவோம் என வீட்டின் கதவை அடைக்க, மாடியில் ஆரம்ப படிக்கட்டில் அமர்ந்து இருந்த சாரா சட்டென அவன் முகம் கூட பார்க்காது எழுந்து சென்று இருந்தாள். மித்ரன் கேள்வியாக செல்லும் அவளை பார்க்க, அவளோ கண்ணில் இருந்து மறைந்து இருந்தாள்.

மித்ரன் கடைக்கு செல்ல வாசல் இறங்க, கோபி கிருஷ்ணன் வீட்டை தாண்டவும் அடுத்த வீட்டு வாசலின் திண்ணையில் அமர்ந்து இருந்த பாட்டி, மித்ரனை கண்டதும் முகம் சுளித்து எதோ சொல்ல, மித்ரன் அவரை பார்த்து விட்டு கடந்து இருந்தான். கடைக்கு சென்று திரும்பி வந்தவன் அவனுக்கு என அவனே சமைத்து, மதியத்துக்கும் எடுத்துக்கொண்டு, சாரா வீட்டிற்கு மாடியேறி இருந்தான். வாசல் வந்து அவன் சாராவை மேடம் என அழைக்க, அமுதா அக்கா வந்தார்.

" அவங்க இல்லையா? "

" உள்ள வேலையா இருக்காங்க. சொல்லுங்க "

" இந்த சாவியை கொடுக்க வந்தேன். அக்காவும் மாமாவும் என்னோட பைக் விட்டு, ஃப்ரிட்ஜ் வெச்சுட்டு போக வராங்க, எனக்கு இன்னிக்கி வேலையில் முதல் நாள் நடுவில் வர முடியாது அதான் சாவியை அவங்க வந்தா கொடுக்க சொல்லி

தர வந்தேன். "

" சரி தம்பி, கொடுங்க நான் சொல்லி அவங்ககிட்ட தந்துறேன். " அமுதா அக்கா வாங்கி கொள்ள, மித்ரன் சென்று இருந்தான். அவன் சென்றதும் சாரா எட்டிப்-பார்த்து பெருமூச்சு விட்டு இருந்தாள்.

அன்றைய நாள் அவனின் அக்கா இலக்கியாவும், மாமன் விஷ்ணுவும் வந்து இருந்தனர். இலக்கியா சாராவிடம் சாவியை வாங்கி சென்று இருந்தார். தம்பிக்கு என காய், கனி, பால், தின்பண்டம் எல்லாம் வாங்கி வைத்தவர். அமுதாவை வாரம் இரு நாள் வீட்டை மட்டும் சுத்தம் செய்து வைக்க வேண்டுமென அவரிடம் சம்பளம் பேசி இருந்தார். வீட்டின் முன்பணத்தை சாராவிடம் கொடுத்து இருந்தார். பின் மாலை மித்ரன் வந்ததும் அவனோடு இரவு உணவை முடித்து கொண்டு இருவரும் கிளம்பி இருந்தனர்.

அவன் குடிவந்த மூன்றாம் நாள் காலை அன்று சீக்கிரமே எழுந்தவன், செய்-தித்தாள் வந்து இருக்கிறதா என பார்க்க கதவை திறக்க, சாரா தோளோடு புட-வையை போர்த்தி, வலது பக்க முகத்தை மறைத்தபடி கையில் பையோடு வாசலை கடந்து கொண்டு இருந்தாள். மித்ரன் அவளை அதே கேள்வியோடு பார்க்க, நேற்று மித்ரன் கடந்து சென்று போது பேசிய அதே பாட்டி, இன்று சத்தமாக அவளை திட்டிக்கொண்டு இருந்தார்.

மித்ரன் அதை கேட்டு அமைதியாக உள்ளே சென்று இருந்தான். அவன் கிளம்பி வேலைக்கு செல்லும் நேரம் தான் வீட்டிற்கு திரும்பி இருந்தாள் சாரா. அவன் கிளம்புவதை கண்டதும் முகத்தை மறைக்க,

" நான் அந்த அளவுக்கு பிற்போக்கு இல்ல சாரா. அந்த பாட்டிக்கு நீங்க மட்டும் இல்ல நானும் கூட தான் அபசகுணம். நேத்து என்னையும் தான் திட்டினாங்க. அதை எல்லாம் பார்த்தா வீதியில் நடமாட முடியாது. அவங்க பழைய மனுஷி பேசிட்டு போகட்டும். அதுக்காக என்னை பார்த்தும் நீங்க விலக வேண்டிய அவசி-யம் இல்ல. நீங்களும் நானும் ஒரே நிலையில் தான் இருக்கோம்."

" அது என் முகம் பார்த்தாலே ஆகாது அந்த பாட்டிக்கு, முடிஞ்ச வரை போக மாட்டேன். அவங்க உங்களை திட்டினதுக்கு சாரி. என் முகத்தை பார்த்து யாருக்-கும் கஷ்டம் வேண்டாம் தான் சாரி சார். நீங்க கிளம்புங்க வேலைக்கு நேரமா-குது."

சாரா சொல்லிவிட்டு விடைபெற, மித்ரனும் கிளம்பி இருந்தான்.

2

நாட்கள் மெல்ல நகர்ந்து ஒரு வாரமாகி இருக்க, அன்று மித்ரன் வீட்டில் இருந்து ஜோதி பேசும் சத்தமும் அதனோடு மித்ரனின் அதட்டலும் கேட்க, சாரா அந்த சத்தத்தில் கண் விழித்து இருந்தாள். ஞாயிறு காலை அது, அமுதா அக்கா அன்று விடுமுறை. அதனால் மெல்ல அனைத்தும் செய்வோமென சாரா அன்றைய தினம் படுக்கையில் அதிகம் நேரம் கழிப்பது வழக்கம். கேட்ட சத்தத்தில் எழுந்தவள் மெல்ல ஃப்ரெஷாகி குளித்து, அவளுக்கு என தேநீர் போட்டுக்கொண்டு வந்து ஹாலில் அமர, பல வித எண்ணங்கள் நெஞ்சில் அடைக்க கண் கலங்கி அழுது இருந்தாள். சிறு அழுகை மெல்ல பெரிதாக, சாரா வாய் மூடி அழுதுகொண்டு இருக்க மித்ரன் வாசலில் நின்று இருந்தான். காலிங் பெல் அடித்து விட்டு நாகரிகம் கருதி அவன் திரும்பி நிற்க, சட்டென கண்களை துடைத்து, உணர்வுகளை மட்டுப்படுத்தி எழுந்து வாசல் வந்தாள்.

" சொல்லுங்க சார் "

" இங்க மீன் கடை எங்க இருக்கு? நல்ல கடையா சொல்லுங்க " மித்ரன் கேட்கவும் சாரா யோசிக்க, சட்டென மித்ரன்

" நீங்க அசைவம் சாப்பிடுவீங்க தானே? " மித்ரன் கேட்கவும் சாரா சிரித்து இருந்தாள்.

" இதை தான் நீங்க முதலில் கேட்டு இருக்கனும். நாம் அசைவம் சாப்பிடுவேன். ரெண்டு வீதி தாண்டி ஒரு அண்ணா க்ளீன் & ஃப்ரெஷ்னு ஒரு மீன் கடை வெச்சு இருக்கார். அவர்கிட்ட சுத்தமா அதே நேரம் நல்ல மீன் கிடைக்கும். அதுக்கு எதிரில் உள்ள சுகுணாவில் கோழி கறி நல்லா இருக்கும். வேற எதும்

நான் சாப்பிட்ட மாட்டேன். கோபி சார்கிட்ட கேளுங்க அவர் தான் ஓடுறது, பறக்கிறது எல்லாம் சாப்பிடற ஆள். " சாரா நீண்ட பதில் சொல்ல, மித்ரன் நன்றி என விடைப்பெற்று இருந்தான்.

காலை நேரமே, கீழ் வீட்டில் இருந்து மீன் குழம்பு வாசம் அருமையாக வர சாரா வாசம் பிடித்துக்கொண்டாள். அவளின் காலை சமையலோ வெறும் தோசையும் பொடியும் தான். மதியமும் அதுவே போதும் என்று நினைத்தவள் பால்கனியில் அமர்ந்து புத்தகம் படிக்க, ஜோதி பேசும் சத்தம் கேட்டது.

" என்ன கண்ணு பாதியில போதும் எழுந்துட்ட? இன்னும் ரெண்டு இட்லி சாப்பிட்டு இருக்கலாம் தானே? உனக்காக தானே மீன் குழம்பு வெச்சு இட்லி சுட்டேன். நான் ஊட்டி தரேன் ரெண்டு இட்லி சாப்பிடு டா " ஜோதி குரல் கரகரக்க சொல்ல, மித்ரன் போதும் என கூறி கை கழுவும் சத்தமும் கேட்டது. ஏனோ அவை எல்லாம் சாராவை மீண்டும் கடந்த நாட்களுக்கு அழைத்து செல்ல கண்களில் மெல்ல நீர்கோர்க்க புத்தகத்தை எடுத்துக்கொண்டு அறைக்குள் சென்று அடைந்து இருந்தாள்.

அடுத்த நாள் காலை மித்ரன் பால் வாங்க செல்ல, அந்த வீதியில் இருக்கும் வடை கடையில் நின்று இருந்தாள் சாரா. மித்ரனை கண்டு சிரிக்கவும் அவனும் புன்னகையை கொடுத்து இருந்தான். மித்ரன் பால், அவனுக்கு மதிய சமையலுக்கு காய் என்று வாங்கிக்கொண்டு வர, சாரா அவனை வடை உண்ண அழைத்தாள்.

" ரொம்ப நல்லா இருக்கும். தாத்தா உளுந்து வடை எக்ஸ்பர்க்ட். "

" இருக்கட்டும் காலையில் எண்ணெய் பதார்த்தம் வேண்டாம். "

" இல்ல, உளுந்து உடலுக்கு நல்லது. வெங்காயம், கொத்துமல்லி, கேரட், மிளகாய், கருவேப்பிலை எல்லாம் பொடியா நறுக்கி உள்ள மெதுவா, வெளிய மொறுமொறுப்பா சுட்டு தருவார். ஒன்னு ட்ரை பண்ணி பாருங்க. " சாரா சொல்ல,

" இந்த கடை உங்களோடு இல்லையே? விளம்பரம் பயங்கரமா இருக்கு? "

" ஆதரவுக்கு யாரும் இல்லாத ஒருத்தர். தனியா கஷ்டப்படுறார். அதான் எல்லாருக்கும் அறிமுகம் பண்றேன். பத்து ருபாய் தான் ரெண்டு வடை. தினம் பத்து பேர் வாங்கினா போதும். அது அவரை கௌரவமா, நிம்மதியா ஒரு நேரம் சாப்பிட

வைக்கும் அவ்ளோ தான். அதே நேரம் நான் சொன்ன மாதிரி வடை சுத்தமா, ருசியா இருக்கும். இந்த ஏரியாவில் எல்லாருக்கும் பிடிக்கும். "

மித்ரன் வடை வாங்கிக்கொள்ள, வடை தரும் தாத்தா புன்னகையோடு சாராவின் கையிலும் வடை தர, இருவரும் ஒன்றாக நடந்து இல்லம் வந்தனர். வழியில் கோபி கிருஷ்ணன் நிற்க, அவரை பார்த்து சாரா காலை வணக்கம் சொல்ல, மித்ரனும் சொல்லி இருந்தான்.

" என்ன சாரா பையில் உளுந்து வடையா? " கோபி கேட்க,

" ஆமா அமுதா அக்கா இன்னிக்கி என் வீட்டு சமையலுக்கு லீவ். எனக்குசமைக்க சோம்பேறி அதான் காலைக்கு வடை வெச்சு டிஃபன் முடிக்க ஐடியா. "

" நம்ம வீட்டுக்கு வந்து சாப்பிட்டு போக வேண்டியது தானே? "

" வேண்டாம் அங்கிள் பரவாயில்ல." இருவரும் பேசிக்கொண்டு இருக்க, மித்ரன் போவதா வேண்டாமா என தயங்கி நிற்க, கோபி கிருஷ்ணன் மித்ரன் அருகில் வர, மூவரும் நடையை தொடர்ந்து இல்லம் வந்து இருந்தனர். சாரா மாடிக்கு சென்று இருக்க, மித்ரன் இல்லத்திற்கு வந்தார் கோபி. மித்ரன் காஃபி போட்டு தர அவரோடு அமர்ந்து வடையும் காபியும் உண்டு இருந்தனர். பின் வீடு எப்படி உள்ளது என விசாரித்துக்கொண்டு இருந்தார். மித்ரன் தயங்கி பின்,

" சாராவை உங்களுக்கு தெரியுமா? அவங்களுக்கு யாரும் இல்லையா? அந்த பாட்டி ஏன் அசிங்கமா சாராவை பேசுறாங்க? "

" அது மித்ரன்.. "

" சொல்ல கூடாதா விஷயமா இருந்தாலோ, சொல்ல விருப்பம் இல்லைனாலோ, சொல்ல வேண்டாம். "

" அந்த பொண்ணு விதவை மித்ரன். வீடு வாங்கி சாரா இங்க குடி வந்த புதுசில் யாரோடவும் பேச மாட்டா. கீழ ஒரு குடும்பம் குடி இருந்தது. அமைதியா இருக்கும் எப்பவும் அவங்க வீடு. எப்பவாவது கீழ் வீட்டில் இருந்து சத்தம் வரும். எல்லாம் நல்லா போய்ட்டு இருந்த அப்போ ஒரு நாள் சாராவை பார்க்க ஒரு பையன் வந்தான். அவன் வந்த ஒரு மணி நேரத்தில் ஒரு பொண்ணு வந்தா

வாசலில் நின்னு சத்தம். தம்பியை கூடவே வெச்சுக்க எதுக்கு கல்யாணம் பண்ணி கொடுத்த? நீயே உன் தம்பி கூட குடும்பம் நடத்த வேண்டியது தானே அந்த பொண்ணு அசிங்கமா பேச, சாராவோட தம்பி அந்த பொண்ணை அடிக்க, அவங்களை நான் பிரிக்க வந்த அப்போ சாரா நடுங்கி போய் ஓரமா நின்னு அழுதுட்டு இருந்தா, அப்புறம் சண்டையை விலக்கி, விஷயம் கேட்டா, அக்கா அக்கான்னு இவர் தவம் கடந்து என்னோட வாழாம இருக்கார். எனக்கு என் புருஷன் வேணும் அந்த பொண்ணு அழ, சாரா அவ தம்பி காலில் விழுந்து போய் நிம்மதியா வாழு சொல்லி அனுப்பி விட்டா, அப்போ தான் அந்த பாட்டிக்கு இவ விதவைன்னு தெரியும்.

" அதில் இருந்து எதாவது சொல்லி அவளை காயப்படுத்தும். அதோட கீழ உள்ள குடும்பமும் அவ முகத்தை பார்த்தா திட்டும். அப்புறம் காலி பண்ணிட்டும் போய்ட்டாங்க. சாரா குடி வந்த ஒரு வருஷத்தில் எந்த சண்டையும் சச்சரவும் இல்லாத பொண்ணு. இருக்கிற இடமே தெரியாது. தனியா அந்த மாடியில் என்ன செய்வான்னு யாருக்கும் தெரியாது. எல்லாருக்கும் உதவி செய்வா, அப்புறம் ஒரு நாள் அமுதாவை வேலைக்கு கேட்டு வந்தா, அதில் இருந்து தான் எங்களுக்கு பழக்கம். "

" அம்மா, அப்பா வேற சொந்தம் இப்படி யாருமே இல்லையா? "

" அவளுக்கு அம்மா, அப்பா இல்ல. புருஷன் செத்ததும் அவளோட கொழுந்தன் சொத்துக்கு பிரச்சனை வரும் சொல்லி வீட்டை விட்டு அனுப்பி விட்டான். எப்பவாவது தம்பி பொள்ளாச்சி பஸ் ஸ்டேண்ட் வருவான். அங்க நடுரோட்டில் பார்த்து பேசிட்டு வருவா, அவ்ளோ தான். இதெல்லாம் இத்தனை நாள் பேச்சில் அவளே சொன்னது. அப்புறம் சாரா நல்ல பொண்ணு மித்ரா, எதும் உதவி கேட்டா செய்து கொடு. "

" கண்டிப்பா சார். நேத்து காலையில் மீன் எங்க கிடைக்கும் கேட்க போன அப்போ வாய் மூடி அழுதிட்டு இருந்தாங்க. வாசல் திறந்து நான் இருக்கவும் எதார்த்தமா பார்த்துட்டேன். ஆனா என்னால எதும் ஆறுதல் சொல்ல முடியல. "

" அவளும் நம்மை போல உயிர் தானே? எல்லாம் உணர்வும் அவளுக்கும் இருக்குமே? சின்ன பொண்ணு எதையும் நினைச்சு பார்த்து அழுது இருப்பா. சரி மித்ரன் நேரமாச்சு நம்ம ஆஃபீசில் பார்ப்போம். " கோபி விடைப்பெற்று செல்ல, அமுதா வந்தார்.

அமுதா வீட்டை பெருக்க, மித்ரன் தயங்கி அவர் முன் நிற்க,

" சொல்லுங்க தம்பி "

" அது.. அக்கா சாரா வயசு என்ன? "

" உங்களை விட சின்ன பொண்ணு தான் தம்பி "

" எனக்கு 31 வயசு அக்கா. அவங்களுக்கு? "

" 28 தம்பி "

" அவங்க வீட்டுக்காரர் எப்படி இறந்தார்? "

" தெரியாது தம்பி "

" அக்கா, தப்பா எந்த எண்ணத்திலும் கேட்கல, தெரிஞ்சுக்க தான். "

" நான் வேலைக்காரி தம்பி, என்னை நம்பி உங்க வீட்டுக்கு உள்ள விடறீங்க, உங்க வீட்டு விஷயத்தை எல்லாம் வெளிய சொன்னா சும்மா இருப்பீங்க? அப்படி இருக்க சாரா விஷயத்தை உங்களுக்கு எப்படி சொல்ல முடியும்? "

" மன்னிச்சுடுங்க அக்கா "

" சொல்ல உண்மையா எனக்கு எதும் தெரியாது தம்பி. நான் போய் சமையல் செய்வேன். பாத்திரம் கழுவி போட்டு வந்துடுவேன். அந்த பொண்ணு நல்லா பேசும் தான். அதோட கடந்த காலத்தை பத்தி எதும் சொல்லாது. அது விதவ பொண்ணுன்னு எனக்கே பல மாசம் கழிச்சு கோபி அண்ணன் பொண்டாட்டி வசுமதி அக்கா சொல்லி தான் தெரியும். ஆனா நல்ல பொண்ணு எதும் உதவி கேட்டா என்ன? ஏன்? எதையும் யோசிக்காம உதவி செய்யும். "

" தாங்க்ஸ் அக்கா. நீங்க வேலையை பாருங்க. நான் குளிக்க போறேன். பெருக்கிட்டு வீட்டை சும்மா சாத்தி வெச்சுட்டு போங்க. " மித்ரன் சொல்லிவிட்டு செல்ல, அமுதா வேலையை தொடர்ந்தார்.

அதற்கு அடுத்த நாள் காலை பேப்பர் உடன் பாலும் இருக்க, மித்ரன் கேள்வியாக நிமிர, சாரா படியில் அமர்ந்து இருந்தாள்.

" குட் மார்னிங், தினம் பால் வாங்க கடைக்கு போய்ட்டு வந்தா அதுவே நிறைய நேரத்தை எடுக்கும் அதான் உங்களுக்கு ராஜீ அக்காகிட்ட சொல்லி பால் கொடுக்க சொன்னேன். பாலை பாத்திரத்துக்கு மாத்திட்டு இந்த சில்வர் பாட்டிலை கதவில் இருக்கிற பையில் வெச்சுட்டா, அக்கா ஆள் விட்டு எடுத்துப்பாங்க. "

" என்ன பால்? எவ்ளோ காசு அதையும் சொல்லிடுங்க மாசம் மாசம் சரியா கொடுத்துறேன். "

" பசும் பால். அரை லிட்டர் இருபத்தி அஞ்சு ரூபா. பால் நல்லா இருக்கும். மாசம் 750 வரும் அதை உங்க வசதி போல கொடுங்க. ராஜீ அக்கா ஒன்னும் சொல்ல மாட்டாங்க. "

" தாங்க்ஸ் கேட்காம தேவை அறிஞ்சு உதவி பண்றது எல்லாருக்கும் வராது. "

" அப்புறம் இந்தாங்க உங்க நியூஸ் பேப்பர். நீங்க எப்போ கதவு திறப்பீங்கன்னு தெரியல. பொழுது போலன்னு உங்க நியூஸ் பேப்பரை இன்னிக்கி ஓசியில் வாசிச்சுட்டேன்."

" ஒன்னும் பிரச்சனை இல்ல. வாசிச்சுட்டு பொறுமையா கொடுங்க. வாசிப்பீங்க தானே? "

" ரொம்ப இல்ல. சொந்தமா லைப்ரரி வைக்கிற அளவுக்கு வாசிப்பேன் அவ்ளோ தான். " சாரா சொல்ல, மித்ரன் வீட்டின் உள்ளே சென்று கி.ரா எழுதிய மாயமான் புத்தகத்தை எடுத்து வந்து கொடுத்தான்.

" நீங்களும் வாசிப்பீங்களா? " சாரா கண்கள் இன்பமாக விரிய,

" மனசுக்கு ஆறுதல் இல்லாத சமயத்தில் எனக்கு வாசிப்பு தான் மருந்து. வேற உலகத்துக்கு போய் கொஞ்ச நேரம் மனபாரத்தை ஒதுக்கி வாழ்ந்துட்டு வரலாம் இல்லையா? "

" ம்ம்.. தாங்க்ஸ்.. வாசிச்சுட்டு பத்திரமா தரேன். " சாரா சொல்லிவிட்டு மாடியேறி இருந்தாள். நீண்ட நாளுக்கு பின் மித்ரன் அகத்திலும் முகத்திலும் சிறு புன்னகை எட்டிப்பார்த்து இருந்தது.

3

அந்த வாரம் ஜோதி வந்த பொழுது கோழி குழம்பும் வருவலும் செய்து இருந்தார். சாரா வாசம் பிடித்து கொண்டே ரொட்டியும் வெண்ணையும் காலை உணவுக்கு எடுத்து வைக்க, கதவு தட்டும் சத்தம் கேட்டு சாரா கதவை திறக்க கையில் பாத்திரத்துடன் ஜோதி நின்று இருந்தார்.

" வாங்க.. அம்மா உள்ள வாங்க " சாரா வரவேற்க,

" மித்ரன் உன்னை பத்தி சொன்னான். என் பையனை போல நீயும் தனியா இருக்கேன் தெரிஞ்சு பார்க்க வந்தேன் மா. இதில் சப்பாத்தியும் குழம்பும் இருக்கு, நான் உனக்கு அம்மா போல, எதும் உதவி தேவைப்பட்டா எனக்கு சொல்லு மா. " ஜோதி கருணையோடு பேச, சாராவின் கண்கள் நீரில் நிறைந்து போய் இருந்தது.

" ரொம்ப தாங்க்ஸ் அம்மா. தப்பா நினைக்காதீங்க எனக்கு இந்த சாப்பாடு வேண்டாம்மா பிளீஸ். மத்தபடி எதும் உதவி தேவை இருந்தா கண்டிப்பா கேக்கறேன். " சாரா புன்னகையோடு சொல்ல,

" சரி மா இருக்கட்டும். என்ன வேலை பார்க்கிற? "

" இப்போதைக்கு வெட்டியா இருக்கேன் மா. வேலைக்கு போக வேண்டிய அவசியம் வரும் போது போவோம் இருக்கேன். அந்த அவசியம் இதுவரை வரல. "

" அப்போ புக்கில் தான் பொழுது போகுது போல? "

" இல்லம்மா.. படம் பார்ப்பேன். தினம் ஒரு கோவில் போவேன். விருப்பம்

இருந்தா ஒரு மாசம் பெரிய டூர் போட்டு வெளிய போய்டுவேன். இஷ்டம் போல சாப்பாடு, தூக்கம், இறைப்பக்தி, வாசிப்பு இப்படி போகுது யாருக்கும் அடிபணியாத வாழ்க்கை." பேசிக்கொண்டே சாரா காபி தர, குடித்தவர்

" ம்ம்.. அருமையான கைப்பக்குவம் உனக்கு, காபியே அருமையா இருக்கே? "

" நாலரை வருஷ கல்யாண வாழ்க்கை சொல்லி கொடுத்த நளபாகம் இது "

" உன் வீட்டுக்காரர் எப்படி இறந்தார்?"

" குடி போதையில் கார் ஆக்ஸிடென்ட் " சாரா சொல்லிவிட்டு மௌனமாகி விட,

" என் பையனுக்கு சொல்ற அதே விஷயத்தை தான் உனக்கும் சொல்றேன் சாரா. வயசு இருக்கு வாலிபம் இருக்கு. அந்தந்த வயசில் வாழ வேண்டியதை வாழ்த-ரனும். காலம் கடந்த அப்புறம் வாழ ஆசை வரும். அப்போ வயசும் வாலிபமும் இருக்காது. வலியும் தனிமையும் தான் இருக்கும். ஒரு நல்ல துணையை சீக்கிரம் தேடிக்கோ மா "

" ம்ம்.. சரி மா "

" நான் வரேன் மா. " ஜோதி உணவை எடுத்துக்கொண்டு சென்று இருந்தார். சாரா அவளின் ரெட்டிக்கு வெண்ணெய் தேய்த்து அதை உண்டு விட்டு படத்தில் அவளை ஈடுபடுத்தி கொண்டாள். தாய் மூலம் சாரா சொன்னதை அறிந்து கொண்டவன் அமைதியாக அமர்ந்து கொண்டான். அவனின் தோள் தொட்ட தந்-தையை நிமிர்ந்து பார்த்தவன்,

" என்னப்பா யோசனை? இன்னிக்கி வந்ததில் இருந்து சாரா பத்தின பேச்சா இருக்கே? அந்த பொண்ணை விரும்புறியா? " தகப்பன் கேட்ட கேள்வியில் மித்-ரன் பதறி எழுந்து இருந்தான்.

" என்னப்பா இப்படி கேட்டீங்க? எனக்காக நான் கேட்காம உதவி செஞ்ச பொண்ணு, அந்த பொண்ணுக்கு கொஞ்சம் உதவியா இருக்க தான் அம்மாவை அனுப்பினேன். தனிமை நாமே எடுக்கும் போது வரம், பிறர் கொடுக்கும் போது சாபம். சின்ன வயசில் அந்த பொண்ணுக்கு எவ்ளோ கஷ்டம் யோசிச்சுட்டு இருந்-தேன். ஒரு முறை பண்ண கல்யாணமும் காதலுமே நிறைய வலி கொடுத்தது

போதாதா? உங்க எண்ணம் தப்பு பா. "
அதன் பின் யாரும் எதுவும் பேசவில்லை. அமைதியாய் மாலை வரை மற்ற வேலைகளை பார்த்து பொழுதை கழித்து இருந்தனர். மாலை அப்பாவும் அம்மாவும் விடைபெறும் போது இனி இங்கே வர வேண்டாம் மூன்று மாதத்திற்கு ஒரு முறை தானே வருவதாக கூறி அனுப்பி இருந்தான். மெல்ல நாட்கள் நகர இருவரும் புத்தகம் பரிமாறி வாசித்து கொண்டனர். நல்ல நட்பு துளிர்க்கும் நேரத்தில், ஒரு நாள் பாட்டி அவளையும் மித்ரனையும் சேர்த்து அசிங்கமாக பேச, மெல்ல மித்ரனிடம் விலக ஆரம்பித்து இருந்தாள்.

ஒரு மாதம் முடிந்து இருக்க, அன்று வாடகை தர வந்த மித்ரனிடம் அவனுடைய புத்தகத்தை திருப்பி கொடுத்து இருந்தாள்.

" வேற எதும் புக் வேணுமா சாரா? "

" இல்ல வேண்டாம் சார். இனிமேல் எனக்கு புக் எதும் தர வேண்டாம். "

" ஏன் என்னாச்சு? என்கிட்ட வாங்க மட்டும் தான் மாட்டீங்களா? இல்ல புக் கொடுக்கவும் மாட்டீங்களா? "

" இல்ல சார் பக்கத்து வீட்டு பாட்டி, தப்பா பேசுறாங்க. என்னால உங்க பெயருக்கும் அசிங்கம். நீங்க என்னை போல இல்ல. எதோ கொஞ்ச நாள் தனியா இருக்க வந்த உங்களுக்கு என்னால பிரச்சனை வேண்டாமே? "

" யாரோ பேசினா என்னை ஏன் தண்டிக்கறீங்க சாரா? ஆறு மாசத்துக்கு அப்புறம் இப்போ தான் கொஞ்சம் நிம்மதியா இருக்கேன். அது அந்த கடவுளுக்கே பொறுக்கல போல, விடுங்க இனிமேல் என் தொந்தரவு இருக்காது. " மித்ரன் வாடகை பணத்தை தர வாங்கிக் கொண்டாள். மித்ரன் முகம் திருப்பி சென்று விட, சாரா அமைதியாக நின்றிருந்தாள்.

அதன் பின் இருவரும் முகம் பார்த்து கொள்வதை கூட தவிர்த்து இருந்தனர். மித்ரன் அந்த வாரயிறுதி அம்மா அப்பாவை காண கோவை சென்று விட, சாராவிற்கு அந்த வார இறுதி எதோ தொலைத்தது போல இருந்தது. ஞாயிறு மாலை மித்ரன் வர, சாரா வாசலில் நின்று அமுதா, வசுமதி இருவரோடும் பேசிக்கொண்டு இருந்தாள். மித்ரன் அவளை பார்த்தும் பார்க்காதது போல கடந்து செல்ல, அமுதாவும் வசுவும் வீட்டின் உள்ளே செல்ல சாரா அவள் வீட்டை பார்த்து வரவும்

பக்கத்து வீட்டு பாட்டி அழும் சத்தமும் கோபி என அழைக்கும் சத்தமும் கேட்க, சாரா என்னவென பார்க்க, பாட்டி ஏதோ சொல்லி அழ, சாரா வீட்டின் வாசல் செல்ல, தாத்தா மயங்கி இருந்தார்.

சாரா அவசரமாக வந்து மித்ரனை அழைக்க, அவனோ என்னவென கேட்டு அவசரமாக வெளியே வர,

" பக்கத்து வீட்டு தாத்தா மயங்கி இருக்கார். அவரை தூக்கனும் வாங்க. நான் என் கார் சாவி எடுத்துட்டு வரேன். " மித்ரன் கழட்டிய சட்டையை போட்டு கொண்டு ஓட, சாரா செட்டை திறந்து காரை வெளியே எடுத்து இருந்தாள்.

மித்ரன் அவரை காரின் பின்னே ஏற்ற, வசுமதி அக்காவிடம் விவரம் சொல்லி விட்டு பாட்டியோடு மித்ரனையும் அழைத்து கொண்டு மருத்துவமனை வந்து இருந்தனர். பாட்டி அழ, அவரை அமர சொல்லி விட்டு மித்ரன் மருத்துவரிடம் விவரம் சொல்ல, சாரா பணத்தை காட்டி அவரை அனுமதித்து இருந்தாள்.

சற்று நேரத்தில் சிகிச்சை தொடங்க, பாட்டியின் மகனும் மருமகளும் வந்திருந்தனர். ஒரு மணி நேர சிகிச்சைக்கு பின் வந்த மருத்துவர் முதல் ஹேர்ட் அட்டாக் என்றும் சரியான நேரத்தில் மருத்துவமனை சேர்த்து விட்டீர்கள் என்றும், தாத்தா நலம் என்றும் சொல்லவும் பாட்டி வாய் மூடி அழுது இருந்தார். சாரா அவர்கள் மூவருக்கும் இரவு உணவை வாங்கி கொடுத்து விடைப்பெற, பாட்டியின் மகன் மருத்துவமனையில் கட்டிய பணத்தை சாராவிடம் திருப்பி கொடுத்து, இருவருக்கும் நன்றி கூறி இருந்தார். பின் மெல்ல இருவரும் விடைபெற்று காருக்கு வர,

" மித்ரன் உங்களுக்கு கார் ஓட்ட தெரியுமா? "

" தெரியும் "

" டிரைவ் பண்றீங்களா? "

" பிரெண்ட்ஸ்?" கை நீட்டி மித்ரன் கேட்க,

மருத்துவமனையை திரும்பி பார்த்தவள் புன்னகையுடன் மித்ரன் கைகளை பற்றி,

" பிரெண்ட்ஸ் " என கூறி இருந்தாள்.

" போற வழியில சாப்பிட்டு போலாமா? எனக்கு பசிக்குது " மித்ரன் கூற,

" சொல்லி இருந்தா ஹாஸ்பிடல் கேன்டீன்ல சாப்பிட்டு இருக்கலாம் இல்ல? "

" ஹாஸ்பிடல் கேன்டீனில சாப்பிடணுமா? எனக்கு சாப்பாடு உள்ளேயே போகாது சாரா. அங்க ஒரு மாதிரி இறுக்கமா இருக்கும் சூழ்நிலை அதான் காரணம். "

" ஹாட் அண்ட் கிரில் ஒரு கடை இருக்கு அங்க போவோமா? இப்போ சிக்கன் கிரில் போடுவாங்க, கூடவே பெப்பர் சிக்கன், ஃபிஷ் ஃப்ரை எல்லாம் ருசியா இருக்கும். அங்க போலாம், என்னோட ட்ரீட். " சாரா சொல்ல, மித்ரன் வழி கேட்டு கடைக்கு அழைத்து சென்று இருந்தான். கடைக்கு வெளியே கார்டன் இருக்க அங்கேயும் நாற்காலி போட்டு இருந்தனர். சாரா ஹோட்டல் உள்ளே ஏசி அறையில் டேபிள் கேட்டு அமர்ந்து இருந்தாள்.

" ஏன் மித்ரன் ஒரு மாதிரி இருக்கீங்க? "

"இல்ல முதல் முறை இப்படி ஏசி அறைக்குள்ள ஒரு பொண்ணோட உக்கார்ந்து இருக்கேன். அதான் ஒரு மாதிரி பட படப்பா இருக்கு.. "

" இங்க நாலு டேபிள் இருக்கு, அதான் எடுத்தேன். உங்களுக்கு சங்கடமா இருந்தா வெளிய போய்டலாம் மித்ரன். "

" இல்ல.. இல்ல.. வேண்டாம் "

" ப்ரைவசி இருக்கட்டும் தான் இப்படி கேட்டேன் சாரி. "

" பசிக்குது சாரா ஆர்டர் கொடுப்போம். "

ஆர்டர் கொடுத்து காத்து இருக்க, முதலில் சூப் வந்தது. சூப் பாதியில் மீனில் செய்த 65 வர, இருவரும் பரிமாறி உண்டு இருந்தனர். பின் நான் அதற்கு பட்டர் சிக்கன், கொஞ்சம் கிரில் செய்த கோழிகள் என வர சாரா அவனுக்கும் பரிமாறிக் கொடுத்து கொண்டே அவளும் உண்டால், அவனுக்கு எது பிடிக்கும் பிடிக்காது என கேட்டு அறிந்து பரிமாறியது மித்ரனுக்கு மகிழ்வை தந்து இருந்தது. இறு-தியாக சாக்லேட் ஐஸ் கிரீம் உண்டு எழுந்து இருந்தனர். சாரா பில் கொடுக்க

மித்ரன் முறைத்து இருந்தான்.

" அடுத்த முறை உங்க காசில் தான் சோறு. இப்போ கிளம்பலாம். "

" கை கழுற கேப்பில் கொடுத்துட்டு "

" மித்ரன் என் மனசில் ஒரு கேள்வி நின்னுட்டு இருக்கு கேக்கட்டுமா? உங்க பெர்சனல் பத்தி, தப்பா நினைக்க வேண்டாம்."

" அது உன் கேள்வியை பொறுத்து சாரா, கேளு என்ன விஷயம்? "

" உங்க வைஃப் கூட இப்படி ஹோட்டல் போனதே இல்லையா? முதல் முறைன்னு சொன்னீங்களே? "

" அதுக்கு எல்லாம் அவ எனக்கு வாய்ப்பு தரல சாரா. நான் சராசரி ஆணா அவகிட்ட நடக்கல. அவ எதிர்பார்த்த ஆணும் நான் இல்ல. "

" சாரி மித்ரன் "

" எனக்கு இதெல்லாம் பெருசா சங்கடம் இல்ல. விடு "

" நிறைய கசப்பு மித்ரன் எனக்கும், எனக்கு உங்க உணர்வு புரியுது. "

" உனக்கும் புறியும்னு எனக்கும் தெரியும் சாரா, யாரோடவும் ஒட்டாத உன் நிலையே எனக்கு உன் கசப்பை சொல்லுது. யாருக்கும் அடி பணியாத வாழ்க்கை.. எவ்ளோ வலி இந்த வார்த்தையில்? "

" போதும் போதும் இதை பேச வேண்டாம். அப்புறம் நான் இன்னிக்கி தூங்க மாட்டேன்."

" இப்போ இதுக்கு மேல இதை பேச முடியாது வீடு வந்தாச்சு, செம்ம டையர்ட் நானு, நாளைக்கு வேற பேசலாம். குட் நைட். " சொல்லிவிட்டு மித்ரன் காரை நிறுத்த, சாரா இறங்கி கேட் திறக்க, கோபி அங்கே வந்து இருந்தார். மித்ரன் காரை நிறுத்தி வருவதற்குள் சாரா விஷயத்தை சொல்லி இருக்க, இருவருக்கும் நன்றி சொல்லி, உறங்க சொல்லி விட்டு, அவர் இல்லம் நோக்கி சென்றார். சாரா

இரண்டு படியேறி விட்டு திரும்பி, புன்னகையுடன் "குட் நைட்" என்று மித்ரனுக்கு கூறி விட்டு சென்று இருந்தாள்.

4

மெல்ல மெல்ல இருவரின் நட்பு நெருங்கி இருந்தது. வாசிப்பு, ஒருவருக்கு ஒருவர் சிறு சிறு உதவிகள் என்று கண்ணியமான நண்பர்களா இருந்தனர். பழைய கசப்புகளை மறந்து சாராவும் மித்ரனும் மீண்டும் சிரிக்க தொடங்கி இருந்தனர். இப்போதெல்லாம் இருவரின் இடையில் உள்ள நட்பில் அக்கறையும் உரிமையும் கொஞ்சம் நட்பில் சேர்ந்து இருந்தது. அன்று மித்ரன் பேருந்து நிலையம் வர, அங்கே சாரா கண்ணில் கண்ணீரோடு அலைபேசியை பார்த்துக்கொண்டு இருந்தாள். மித்ரன் மெல்ல நெருங்கி அவள் அருகில் வந்து நிற்கவும், எதிர்ப்புறம் அவளின் தம்பி வந்து நிற்கவும் சரியாக இருந்தது.

" என்னாச்சு சாரா? ஏன் இப்படி பொது இடத்தில் உக்கார்ந்து அழுற?" மித்ரன் கேட்கவும், சாராவின் தம்பி அவளை யோசனையாக பார்க்க, கண் துடைத்துக்கொண்டு எழுந்தவள்,

" கிஷோர் இது சங்கமித்ரன் நம்ம வீட்டு கீழ் பொர்ஷனில் குடி இருக்கார். எனக்கு நல்ல நண்பர். அப்புறம் மித்ரன் இது என் தம்பி கிஷோர். "

சாராவின் பதிலில் மித்ரன் கிஷோரிடம் புன்னகையுடன் அறிமுகமாகி கொண்டான்.

" சரி நீ பேசிட்டு வா. தனியா தானே வீட்டுக்கு போவ? நான் வெயிட் பண்ணட்டுமா? "

" ம்ம்.. வேலை எதும் இல்லைன்னா வெயிட் பண்ணுங்க."

" அப்போ சரி பேசிட்டு வா " மித்ரன் நகர்ந்து சென்று விட,

" ரொம்ப உரிமையா பேசுறார் அக்கா. பிரெண்ட்ஸ் மட்டும் தானா? "

" டேய்.. லூசு அப்படி எல்லாம் எதும் இல்ல. நல்ல நட்பு எங்களுக்கு நடுவில், எனக்கு இன்னொரு கல்யாணம் எல்லாம் பண்ற ஐடியா இல்லவே இல்ல. பட்டதே போதும் சாமி. "

" அக்கா.. இனி அடிக்கடி உன்னை வந்து பார்க்க முடியாது. தப்பா நினைக்காத அக்கா. மிருதுளா ரெண்டு குழந்தையை வெச்சுட்டு தனியா கஷ்டப்படும் போது விட்டு வர முடியல. இன்னிக்கே பல முறை சீக்கிரம் வரேன் சொல்லிட்டு தான் வந்தேன். "

" அப்போ எனக்கு அடிக்கடி ஃபோன் பண்ணு. பேசிப்போம். "

" இப்போ தான் அக்கா கொஞ்சம் மாறி இருக்கா, ஃபோன் பேசினா.. "

" சரி விடு டா.. எதுக்கு தயங்குற? எனக்கு புரியுது. "

" உன்கிட்ட இப்போ பேசிட்டு போனாரே மித்ரன் அவர் நம்பர் இருக்கா? நான் அவர்கிட்ட பேசி உன் நலம் கேட்டுக்கரேன். ஆம்பிளை பேசினா அவளுக்கு பெருசா தெரியாது. "

" இரு அவர்கிட்ட கேட்டு தரேன். " சாரா மித்ரனிடம் எதோ சொல்லிவிட்டு வந்து அவனின் எண்ணை தர கிஷோர் குறித்துக் கொண்டான்.

" அக்கா.. தனியாவே இருக்கனும் அவசியம் இல்ல. முதல் முறை தப்பா போனா, மறுபடியும் தப்பா போகும்னு எதும் அவசியம் இல்ல அக்கா. இன்னொரு கல்யாணத்தை பத்தி கொஞ்சம் யோசி. "

" பெரிய மனுஷனா மாறி அறிவுரை எல்லாம் சொல்ற? யோசிக்கிறேன். நீ சந்தோசமா, நிம்மதியா இருக்கிற வழியை பாரு. மிருதுளா உன் மேல அன்பை அளவு இல்லாம வெச்சு இருக்கா, அவளையும் பிள்ளைகளையும் பத்திரமா பார்த்துக்கோ. " சாரா சொல்லவும் சரியென கிஷோர் விடைபெற, சாரா மித்ரனை நோக்கி வர, மித்ரன் வயிற்றை தொட்டு காட்ட, சாரா அருகில் இருக்கும் ஹோட்டல் அழைத்து சென்றால் சப்பாத்தியும், பன்னீர் 65 சொல்லி விட்டு இருவரும் காத்திருக்க மித்ரன் பேச்சை ஆரம்பித்தான்.

" எதுக்கு அழுத சாரா? அதும் பொது இடத்தில் எந்த கவனமும் இல்லாம? "

" தம்பிக்கு ரெண்டாவது குழந்தை பிறந்து இருக்கு, முதல் பொண்ணை கூட பார்க்க வாய்ப்பு இருந்தது. இவனை பார்க்க வாய்ப்பே அமையல, அதான் கிஷோர் ஃபோட்டோ காட்டினதும் என்னையும் மீறி அழுதுட்டேன். "

" அந்த அளவுக்கு உன் மேல, உன் தம்பி பொண்டாட்டிக்கு என்ன கோவம்? "

" நீங்களும் உன் மாமாவும் நண்பர்கள் போல இருக்கீங்க. அதனால எதும் பிரச்சனை இல்ல. இதே உங்க மாமா உன் அக்கா மேல அதிக உரிமை எடுத்து, உன் அக்காவை பேச கூடாது சொன்னா என்ன செய்வீங்க? அவளுக்கு நான் தாலி அறுத்து வந்ததுல பெரிய கஷ்டம். அம்மாவும் அப்பாவும் இல்லாம அதை அவ வீடா புழங்கிட்டா, நான் போனதும் அவளுக்கு ஒரு தயக்கம். கூடவே தம்பி அக்கா இப்படி இருக்கான்னு அவகிட்ட நெருக்கத்தை கம்மி பண்ணவும் சண்டையாகிடுச்சு. "

" இப்போ தான் கூட இல்லையே இன்னுமா கோவம்? "

" கோவம் இருக்கா, இல்லையான்னு தெரியாது. ஆனா மாசத்துக்கு ஒரு முறை என் தம்பி என்னை பார்க்க வரது அவளுக்கு தெரியும். எதும் இது வரை பிரச்சனை இல்ல. இனி வர மாட்டான் தோணுது. அவனுக்கும் குடும்பம் பெருசாகுது இல்லையா? இனி தொந்தரவு பண்ண வேண்டாம் முடிவு பண்ணி இருக்கேன். "

" நீ ஏன் சாரா கல்யாணம் பண்ணிக்காம இருக்க? இப்படி தனியா இருக்கனும் அவசியமா சொல்லு? "

" பயமா இருக்கு மித்ரன். தாம்பத்தியம் கொடுத்த வலி என்னை இன்னொரு துணை தேடி போக இடம் கொடுக்க மாட்டிங்குது. எனக்கு இப்படியே தனியா இஷ்டம் போல வாழ்ந்து சாகனும் தான் எண்ணம். சொன்னா அது பெரிய கதை.. அதை யோசிக்க கூட எனக்கு தெம்பு இல்ல இப்போ "

" சரி விடு.. அதை யோசிக்க வேண்டாம். சாப்பிடலாம் வா "

வந்த உணவை இருவரும் உண்டு எழ, சாரா பணம் தர வர, மித்ரன் அவளை

முறைக்க, சாரா சட்டென அவள் பணத்தை பைக்குள் அடைத்து இருந்தாள். மித்ரன் சிறு புன்னகையோடு பணத்தை கொடுத்து வர இருவரும் மெல்ல நடந்து அவர்கள் இருக்கும் இடத்திற்கு பேருந்து ஏறி இருந்தனர். ஒரே இருக்கை கிடைக்க, இருவரும் விழித்து, பின் சாரா அமர சொல்லவும் அவள் அருகில் அமர்ந்து இருந்தான். தோள் தொடாத அவனின் கண்ணியம் சாராவை கவர்ந்து இருந்தது.

அவர்களின் நிறுத்தம் இறங்கி இருவரும் வீட்டிற்கு நடந்து வர, பக்கத்து வீட்டு தாத்தாவும், பாட்டியும் வெளியில் அமர்ந்திருக்க, சாரா அவளின் முகம் மூட முந்தானையை கையில் எடுக்க, மித்ரன் முறைக்கவும். வேகமாக நடந்து வீட்டிற்கு சென்று இருந்தாள். மித்ரன் அந்த பாட்டியிடம் பேச வந்தான்.

" வணக்கம் தாத்தா இப்போ உடல் நிலை எப்படி இருக்கு? "

" நல்லா இருக்குப்பா, அந்த பொண்ணு ஏன் எதும் பேசாம போய்டுச்சு "

" உங்க வீட்டுக்கார அம்மா எதும் சொல்வாங்கனு பயந்து தான் ஓடிட்டா.. "

" பழைய பஞ்சாங்கம் தம்பி அவ, நானும் பல முறை சொல்லிட்டேன். இப்போ தான் அறிவு வந்து இருக்கு. எப்படி அமைதியா உக்கார்ந்து இருக்கா பாரு "

" ஏன் பாட்டி உங்களுக்கு அவ மேல அவ்ளோ கோவம்? வெறுப்பு? உங்களுக்கு 68 வயசு இருக்குமா? அவளுக்கு உங்களை விட 40 வயசு கம்மி, இந்த வயசுலயே புருஷன் இல்லாம, அம்மா அப்பா இல்லாம, ஆதரவுக்கு யாரும் இல்லாம தனியா இருக்கா, அவளை ஆசிர்வாதம் பண்ண வேண்டாம். சபிக்காம இருக்கலாம் இல்லையா? இந்த வயசுல தாத்தாக்கு ஒன்னுன்னா உங்களால தாங்க முடியலையே, அவரை இழந்துட கூடாது தவிக்கறீங்க, 4 வருஷம் மட்டுமே வாழ்ந்து புருஷனை இழந்த அவளுக்கு எவ்ளோ வலிக்கும்? சொல்லுங்க? "

" தப்பு தான்டா.. எனக்கு புரியல அப்போ, என் வளர்ப்பும் வாழ்க்கையும் இதான். அந்த காலம் மாதிரி இல்லையே இப்போ? என்னால இதை ஏத்துக்க முடியல. எனக்கு அவ்ளோ தான் பக்குவம் இருந்துச்சு. இப்போ நான் எதும் பேசினேன்? ஆனால் என்னை கண்டதும் அவ ஓடினது கஷ்டமா இருக்கு. என் தப்பை நறுக்குன்னு சொல்லுது. மன்னிப்பு கேட்க தான் நினைக்கிறேன். அவ என்னை பார்த்தா தானே? "

" அவ்ளோ பயம் காட்டி இருக்கீங்க அவளுக்கு அப்படி தானே? மித்ரன் கேட்டு சிரிக்க, தாத்தாவும் சிரித்தார்.

" அப்படி தான் போல, நான் பேசணும் சொல்லி அவளை கூப்பிட்டு வரியா? "

" நான் சமாதான தூது போகனுமா உங்களுக்காக? "

" இப்போ அவளுக்காக மட்டும் என்கிட்ட வந்து பேசின? அப்போ இதுக்கு பெயர் தூது இல்லாம வேற என்ன? "

" அவ என் ப்ரெண்ட். அவளுக்காக நான் தான் பேசுவேன். "

" அவமேல இவளோ கரிசனம் வெச்சு இருக்கியே? அவளை கல்யாணம் பண்ணிக்கலாமே மித்ரன்? " தாத்தா கேட்கவும் மித்ரன் சட்டென அவர் முகம் பார்க்க,

" எனக்கு அவளை கல்யாணம் பண்ணிக்க தகுதி இல்ல தாத்தா. ரெண்டு பேருக்கும் அந்த எண்ணம் இல்ல. நாங்க நண்பர்களா இருக்கிறது தான் சரி. முடிஞ்சா அவளுக்கு ஒரு நல்ல துணையை தேடி தரணும் நினைக்கிறேன் அவ்ளோ தான். "

" உனக்கு என்ன குறை மித்ரன்? "

" ஆமா தாத்தா குறை தான். என்னால அவளை கட்டிலில் சந்தோசமா வெச்சுக்க முடியாது. என்னை விட சின்ன பொண்ணு அவளுக்கு வயசும் வாலிபமும் இருக்கு. அவளை ஏன் கஸ்டபடுத்தனும்? " ஒரு ஆண் வெளியே பகிர யோசிக்கும் ஒரு செய்தியை சொல்லி விட்டு மித்ரன் அமைதியாக அமர,

" என்னப்பா சொல்ற? தொப்பை இல்லாத திடமான உடம்பு, எந்த கெட்ட பழக்கமும் இல்லாத பையன் உனக்கு ஏன் அப்படி எல்லாம் இருக்க போகுது? டாக்டரை பார்த்தியா? " பாட்டி பதறி போய் கேட்க,

" இல்ல பாட்டி பார்க்கல, என் பொண்டாட்டி என்னை விட்டு போனதுக்கு காரணம் கூட இதான். "

" நீ நாளைக்கு கிளம்பி என்னோட ஹாஸ்பிடல் வா, உனக்கு எதும் இருக்காது. சாரா இல்லைனாலும் உன்னோட வாழ ஒருத்தி பிறந்து இருப்பா மித்ரா, எதையும் யோசிக்காத, போ வீட்டுக்கு போ "

மித்ரன் எழுந்து நிற்க, அவன் பின்னே நின்ற சாரா அழுகையோடு மாடிக்கு சென்று இருந்தாள்.

" அவ கேட்டால? " மித்ரன் கேட்கவும், ஆம் என்று பாட்டி தலையாட்ட, மித்ரன் அமைதியாக அவனின் இல்லம் சென்று இருந்தான். அடுத்த நாள் காலை சாரா கீழே வர வீடு பூட்டி இருந்தது. அன்று இரவும் அவனை காண முடியவில்லை. அடுத்த நாள் பாலை கூட எடுக்க அவன் வெளியே வரவில்லை. மாலை வரை பொறுத்தவள் கதவை தட்ட, மித்ரன் கதவு திறக்கவும் சாரா அவனை கண்டு அதிர்ந்து இருந்தாள். தூங்காத அழுத கண்கள், சோர்ந்து போன முகம் என பார்க்கவே பரிதாபமாக இருந்தான்.

" என்னாச்சு மித்ரன்? ஏன் இப்படி இருக்கீங்க? "

" எனக்கு ஒரு காஃபி போட்டு தரியா? பசிக்குது சாரா. சாப்பிட்டு ஒரு நாளாகுது. "

" போய் முகம் கழுவிட்டு வாங்க, போட்டு வைக்கிறேன். " மித்ரன் நகர, அவன் வீட்டு வாசலில் இருந்த பால் கெட்டு போய் இருக்க, அவளின் வீட்டுக்கு சென்று காஃபி போட்டு, முட்டையை ஆம்லெட் போட்டு ரொட்டியை வாட்டி வெண்ணெய் தடவி எடுத்து கொண்டு கீழே வந்தாள்.

ஹாலில் அமர வைத்து, அனைத்தும் அவன் முன்னே வைத்து உண்ண சொல்ல மித்ரன் எதுவும் பேசாது உண்டு இருந்தான். சாரா எதுவும் பேசாது அமர்ந்து இருக்க, மித்ரன் சாராவிடம் மன்னிப்பு கேட்டு இருந்தான்.

5

" எனக்கு எதுக்கு மித்ரன் உங்க சாரி? "

" சொல்லணும் தோணுச்சு சாரா. என் மேல உனக்கு எதும் கோவமோ வருத்தமோ இல்லையே? "

" கோவம் எல்லாம் இருக்கு அதை தாண்டி வருத்தம் அதிகமா இருக்கு. அன்னிக்கி நீங்க என்ன பேசறீங்க கேட்க தான் பாட்டி திட்டினாலும் சரின்னு வந்து நின்னேன். ஆனா உங்க மனைவி ஏன் பிரிஞ்சி போனாங்கன்னு நீ சொன்னதை கேட்ட அப்போ என்னால தாங்க முடியல மித்ரன். என்னையும் மீறி அது அழுகையா வந்துருச்சு. "

மித்ரன் படுக்கை அறை உள்ளே சென்று விட்டு கையில் ஒரு ஃபைல் உடன் வெளியே வந்தான். அதை சாரா கையில் கொடுத்து பார்க்க சொன்னான். அதை பிரித்து படித்தவள் கேள்வியாக அவன் முகம் பார்க்க, மித்ரன் பெருமூச்சு விட்டான்.

" இதுவரை யாருக்கும் இதை பகிர நினைச்சது இல்ல சாரா. என் அப்பா, அம்மாக்கு கூட தெரியாது. உன்கிட்ட சொல்லணும் தோணுது. சொல்லட்டுமா? "

" சொல்லுங்க மித்ரன் "

துடியலூர், கோவை.

மித்ரன் சம்மதம் சொன்னதும் ஜோதியின் முகத்தில் அளவில்லா ஆனந்தம். அவன் அப்பாவிற்கு மகிழ்வை சொல்ல அளவே இல்லை. தன் தங்கை மகளை மகன் திருமணம் செய்து கொள்ள சம்மதித்தது அவருக்கு மகிழ்வோடு நிறைவையும் தந்திருந்தது. கார்த்திகாவை பல முறை நேரில் மித்ரன் பார்த்து இருக்கிறான் என்றாலும் முறைப்படி பெண் பார்த்து, அன்றே உறுதியும் செய்து கொள்வோம் என முடிவு செய்து இருந்தனர். மித்ரன் பட்டயக் கணக்காளராக (Chartered accountant) தேர்ச்சி பெற்று புது பணியிலமர்ந்த நேரம், திருமணமும் கைகூடி வந்தது.

நல்ல நாள் ஒன்றில் பெண் பார்த்து உறுதி செய்து இருக்க, கார்த்தி கொஞ்சம் கொஞ்சம் பேச ஆரம்பித்து இருந்தாள். மித்ரன் பொறுப்புகளில் கவனமாக இருப்பவன். அவனை நம்பி கொடுத்த பொறுப்புகளை சரியாக செய்ய அன்னம், தண்ணி என அனைத்தும் மறந்து வேலை பார்ப்பவன். அவன் வேலை பார்க்கும் நிறுவனம் மிக பெரியது. அதனின் எட்டு கிளை கணக்கு வழக்கை பார்க்கவே நாளும் நேரமும் போதாது. இதில் கார்த்தி விரும்பி பேச வந்தாலும் அவனால் நேரம் ஒதுக்க முடியாது என்பது தான் அவனின் சூழ்நிலை.

இருந்தும் மித்ரன் அவளோடு நேரத்தை பகிர்ந்து கொண்டான். அவன் வேலை பற்றி விளக்கம் சொல்லி மன்னிப்பும் கேட்டு இருந்தான். திருமணம் பின் எல்லாம் சரியாக போகும் என பெரியவர்கள் அறிவுரை கூற, கார்த்தியும் சரியென கூறி இருந்தாள்.

உற்றார் உறவினர் முன், பெற்றோர் பெரியோர் வாழ்த்த திருமணமும் இனிதாக நடந்து இருந்தது. மித்ரன் தன்னவளை தனியே காண ஆவலாக இருந்தான். மண மேடையில் நாணம் பூசி நின்றவள், அவனின் சிறு சீண்டலுக்கு கூட அவனுக்கு முகம் காட்ட மறுத்து இருந்தாள். இரவும் தனிமையும் வர, அவளும் மித்ரன் அறைக்கு வந்து இருந்தாள்.

அத்தை மகள் அருகில் வந்ததும் அவளின் கை பிடித்து அருகில் அமர வைத்து அவள் முகம் பார்த்தான். மித்ரன் கண்ணை பார்க்க முடியாது கார்த்திகா அவன் தோளில் முகம் மறைக்க, மித்ரன் சிரித்து மீண்டும் அவள் முகம் நிமிர்த்தி இருந்தான்.

" இத்தனை வெக்கப்பட்டா உன் முகத்தை எப்படி பார்க்கிறது கார்த்தி? "

" இல்ல.. மாமா.. என்னால உன் முகத்தை பார்க்க முடியல. அதும் இப்படி தனியா உன்னோட இருக்கிறது இன்னும் ஏதோ செய்யுது. "

" ஓ.. என்ன செய்யுது அப்படி? இனிமேல் என்னோட தான் இருக்கனும் கார்த்தி மா, அதும் என்னை விட்டு விலகாம "

மித்ரன் விளக்கு அணைத்து, அவர்களின் முதல் இரவை மென்மையாய் தொடங்கி இருந்தான். தாம்பத்திய உறவில் அறிவுப்பெற்று இருந்தவன். மனைவியை மென்மையாய் கையாள, கார்த்தி வெக்கம் விட்டு அவன் வசமாகி இருந்தாள். இருவரின் முதல் கூடலே அவளுக்கு உச்சம் கொடுத்து இருக்க, புது வித அனுபவம் அதில் இருவரும் முகம் மலர்ந்து, உடல் சோர்ந்து இருந்தனர். காலையில் எழும் போது அவர்களுக்கு இடையில் நெருக்கம் வந்து இருந்தது. மித்ரனின் சீண்டல்கள் ஒரு பக்கம், வெக்கம் ஒரு பக்கம் என முதல் வாரம் இனிதாக கழிந்தது. திருமணம் முடிந்த கையோடு இருவரையும் தனிக்குடித்தனம் வைத்து இருந்தனர். எல்லாம் வாங்கி வீட்டை ஒழுங்குபடுத்தி கொடுத்து விட்டு, பெற்றவர்கள் இவர்களை தனியே விட்டு செல்ல, மித்ரன் பகலிலும் கூட காமப்பாடம் நடத்தினான். ஹோட்டலில் சாப்பாடு, கூடல் என்று பொழுதை கழித்து, அவளோடு நிறைய சிறு வயது அனுபவங்களை பேசி என நாட்கள் கரைந்தது. இரு வாரம் கழித்து அன்று மித்ரன் வேலைக்கு செல்ல, மனைவிக்கு ஆயிரம் முறை பத்திரம் சொல்லிவிட்டு வேலைக்கு சென்றான்.

முதல் இரு நாள் நன்றாக தான் சென்றது. மூன்றாம் நாள் அவளின் கல்லூரி தோழிகள் இரவு உணவுக்கு வர சொன்னார்கள் என கார்த்தி கூற, வேலை இருக்கிறது என மித்ரன் மறுத்து இருந்தான். சட்டென கோபம் கொண்டவள் அலைபேசியை வைத்து விட, மித்ரன் அவளின் முதல் கோபத்தை, முதல் சண்டையை நினைத்து நொந்து கொண்டான்.

இல்லம் வந்து மித்ரன் வாசல் பார்க்க, வீட்டை பூட்டி விட்டு சென்று இருந்தாள். வரட்டும் என வாசலில் காத்திருக்க, கார்த்திகா அவனை கண்டதும் கோவாமாகி இருந்தாள். கதவை திறக்க, அமைதியாக உள்ளே வந்தவள் குளித்து உடை மாற்றி கட்டிலில் விழுந்து இருந்தாள். மித்ரன் இரவு உணவு வெளியே உண்டு விட்டு வந்து, அவள் அருகில் வந்து படுத்தும் அவளிடம் எந்த அசைவும் இல்லை.

" கார்த்தி மா சாரி, வேலை அதிகம் அதான். ரெண்டு வாரமா நான் லீவ் வேற, எதையும் பார்க்காம இருக்க முடியுமா? "

"..... "

" சண்டே பிளான் பண்ணி இருந்தா கண்டிப்பா வந்து இருப்பேன். வார நாளில் என் நிலைமையை யோசியேன்..."

".... "

" குட் நைட் கார்த்தி " மித்ரன் சொல்லி விட்டு தூங்கி விட கார்த்தி அவன் புறம் திரும்பி படுத்து அவன் முகம் பார்த்து படுத்து இருந்தாள்.

காலை எல்லாம் மறந்து மித்ரன் இயல்பாக இருந்தும் அவளிடம் சிறு ஒதுக்கம் இருந்தது. அவனுக்கு அன்று சமைக்க முடியாது என கூறி விட்டாள். மித்ரன் அதற்கும் புன்னகையோடு ஹோட்டல் சென்று அவளுக்கும் உணவு வாங்கி கொடுத்துவிட்டு அவனும் உண்டு சென்று இருந்தான். மதியமும் அவனே அவளுக்கு பிடித்த உணவை ஆர்டர் செய்து வாங்கி கொடுக்க, இரவு அவனுக்கு பிடித்த சப்பாத்தியும் கோழி குழம்பும் வைத்து இருந்தாள்.

" கார்த்தி மேடம் என் மேல உள்ள கோவம் போய்டுச்சா? "

" ரொம்ப ஆசையா இருந்தேன் மாமா நீங்க வருவீங்க சொல்லி, ஆனா நீங்க வரவே முடியாதுன்னு சொல்லிட்டீங்க. நான் மட்டும் போய் கஷ்டமா இருந்தது. "

" சாரி மா.. என் வேலை அப்படி, இனிமேல் சன்டே பிளான் பண்ணிடு. போய்ட்டு வருவோம். "

" எல்லாம் உங்க வசதி போல அமையுமா மாமா? எல்லாருக்கும் அன்னிக்கு லீவ் இருக்குமா சொல்லுங்க? ராத்திரி டின்னர் கூட வர முடியாதா அளவுக்கு ஒரு வேலை. "

" அதே தானே எனக்கும்? அவங்க வசதியை யோசிக்கிற நீ ஏன் என்னோட வசதியை பத்தி யோசிக்க மாட்டிங்கர கார்த்தி? "

" விருந்துக்கு கூப்பிட்டது அவங்க மாமா "

" விருந்து எப்ப வேணாலும் போகலாம். வேலை அதை விட முக்கியம் கார்த்தி மா நேரத்துக்கு அங்க இருக்கணும். "

" அப்போ என்னை விட உங்க வேலை தான் முக்கியமா? "

" உன்னை விட எனக்கு வேலை முக்கியம் இல்ல. ஆனா, உன்னை போலவே எனக்கு வேலையும் முக்கியம் புரியுதா? "

" என்கிட்ட பேசாதீங்க போங்க "

" ஏய் கார்த்தி, சின்னப்பிள்ளை மாறி அடம் பண்ணாத டி, மறுபடியும் ஏற்பாடு பண்ற அப்போ லீவ் போட்டு வரேன் போலாம் சரியா? "

சரியென கார்த்தி சொல்லவும், மித்ரன் முகத்தில் புன்னகை வர, கார்த்தியும் சிரித்து இருந்தாள். அதன் பின் மெல்ல மாதங்கள் கழிந்தது. அவளோடு சண்டையும் சமாதானமும், ஊடலும் கூடலும் என நாட்கள் நன்றாக போய் கொண்டு இருந்தது. மித்ரன் மகிழ்வாக தான் இருந்தான். ஆனால் கார்த்திக்கு எதையோ இழந்தது போல உணர்வு. கை நிறைய காசு, சொகுசான வீடு, வெளியே செல்ல இரு சக்கர வாகனம், தேவையான தனிமை எல்லாம் இருந்தும் அவள் இழந்தது எதுவோ இருந்தது. அந்த இழப்பு மித்ரன் மேல் கோபம் கொள்ள வைத்தது. தனியே இருக்கும் போது நம் எண்ணங்களை முறையாக கையாள வேண்டும். தறிகெட்டு ஓடும் எண்ணங்கள் ஆபத்தானவை. அதில் தான் சிக்கி இருந்தாள் கார்த்திகா. அதன் விளைவு மித்ரன் அவளுக்கு குறையாக தெரிய ஆரம்பித்திருந்தான். தன் தோழிகள் இரவு உணவு, கோவில், விருந்து, விழா என சென்று கணவர்களோடு பதிவு செய்யும் புகைப்படம் இன்னும் மனதை கலங்க செய்து இருந்தது.

அன்று இரவு மித்ரன் இல்லம் வந்ததும் உணவை எடுத்து வைத்தவள் அவனோடு அமைதியாக உண்டு எழுந்து இருந்தாள். படுக்கைக்கு வந்ததும் மித்ரனின் நெஞ்சில் சாய்ந்து இருந்தவள் மெல்ல பேச்சை தொடங்கினாள்.

" மாமா நம்ம ஒரு வாரம் எங்கேயாவது ஹனி மூன் போலாமா? "

" இப்போ எதுக்கு ஹனி மூன் போகனும்? "

" என்ன மாமா கேள்வி இது? தனியா புது இடத்தில் கொஞ்சம் நாள் இருந்துட்டு வர தான். " கார்த்தி சொல்லவும் அவளின் மூக்கை பிடித்து செல்லம் கொஞ்சி-யவன்,

" நம்ம இருக்கிறது புது இடம் தானே? அதும் தனி வீடு? இப்பவும் நம்ம தனியா தானே இருக்கோம்? அப்புறம் எதுக்கு ஹனி மூன் நமக்கு? தினம் தினம் நமக்கு தனிமையும் இருக்கு, இனிமையும் இருக்கே கார்த்தி மா "

" இங்க எந்நேரமும் என்னோடவா இருக்கீங்க? வெளியூர் போகனும் மாமா.. "

" ஒரு வாரம் லீவ் போட்டு என்னால வர முடியாதே செல்லம், வீக் எண்ட் போவோம். ஒன் டே டூர் ஓகே வா? "

" ஆக மொத்தம் உங்க பதில் வேலை இருக்கு, முடியாது அவ்ளோ தானே? "

" கார்த்தி மா, நல்ல மூடில் இருக்கேன். இப்போ இதை பேச வேண்டாமே? "

" ஓ.. மூடா இருக்கீங்களா? "

" நீ இப்படி கோவமா இருந்தா, எனக்கு எப்படி மூட் இருக்கும்? ஹனி மூன் போவோம். என் லீவ் பார்த்து சொல்றேன் ஓகே வா? சிரி கார்த்தி. "

கார்த்தி புன்னகை சிந்தவும், அவளை அணைத்தவாறு உறங்க ஆரம்பித்து இருந்-தான்.

" மாமா.. தூங்க போறீங்களா? எதும் வேண்டாமா? " மித்ரன் அந்த கேள்வியில் அவளை பார்த்து சிரித்து,

" ஏன் என் அத்த மகளுக்கு எதும் வேணுமா? " மித்ரன் கேட்கவும் அவளோ வெக்கத்தில் முகம் திருப்பி படுத்து இருந்தாள்.

அடுத்து வந்த வாரத்தில், லீவ் போட்டு ஹனி மூன் சென்றனர். ஆனால் இரண்-

டாம் நாள் இரவே அவனுக்கு ஆஃபீஸ் வந்ததாக வேண்டிய கட்டாயம். கோவம் கொண்டு மூன்று நாள் பேசாமல் இருந்தவளை மித்ரன் கெஞ்சி கூத்தாடி மலை இறக்கி இருந்தான்.

6

அதன் பின்னான நாட்களில் மித்ரன் இன்கம்டாக்ஸ் விவரங்கள் சரிபார்க்கும் வேலையில் மூழ்கி இருந்தான். என்ன வேலை இருந்தாலும் இரவு வீட்டிற்கு சரியான நேரத்திற்கு வந்து கார்த்தியுடன் அவனின் நேரங்களை பகிர்ந்து கொண்டான். பகலில் அவனை பிடிப்பதே பெரும் போராட்டமாக இருந்தது. அவனின் அப்பா அம்மா வந்தாலும், அக்கா மாமா வந்தாலும் பேசிவிட்டு வேலைக்கு ஓடி விடுவான். மாமனார் மாமியார் வந்தால் மட்டும் ஒரு மணி நேரம் பெர்மிஷன் போட்டு வேண்டியதை வாங்கி கொடுத்து விட்டு வேலைக்கு செல்வான். அவனால் முடிந்த வரை அனைத்தும் செய்தான்.

அன்று கார்த்திகாவின் பிறந்த நாள். இரவு 12 மணிக்கு கணவன் எதுவும் சொல்வான் என்று ஆர்வமாக தூக்கம் துறந்து காத்து இருந்தவளுக்கு பெரிய ஏமாற்றம். காலையும் மித்ரன் இயல்பாய் இருக்க, கார்த்தி அவன் பின்னே நடக்க, இறுக்கி அணைத்து முத்தம் வைத்து வேலைக்கு கிளம்பி இருந்தான். கார்த்திக்கு கண்கள் நீர்க்கோர்க்க அமைதியாக வீட்டில் முடங்கி இருந்தாள். நண்பர்கள், அத்தை மாமா, அம்மா அப்பா, மித்ரனின் அக்கா, மாமா என அனைவரும் அவளுக்கு வாழ்த்து சொல்ல, தோழிகள் உன் வீட்டுக்காரர் என்ன பரிசு கொடுத்தார் என கேட்க அழுகை வந்தது.

இரவு இல்லம் வந்தவன் குளித்து வந்து அமர, ஹோட்டலில் வாங்கிய பார்சல் உணவு மேஜைக்கு வர,

" சமைக்கலையா செல்லம்? உடம்புக்கு எதும் பண்ணுதா? பீரியட்ஸ் ஆக இன்னும் நாள் இருக்கே? "

" முடியல.. அதான் ஹோட்டலில் வாங்கினேன். "

" சரி நீ சாப்ட்டியா? "

" ம்ம்.. "

மித்ரன் உணவு உண்டு, சற்று நேரம் டிவி பார்த்து விட்டு அறை வரும் போது தான் யோசித்தான் அவளின் முக வாட்டத்தை, அவள் அருகில் படுத்து, இடுப்பை வளைத்து பக்கம் இழுத்தவன் காதில் முத்தம் வைக்க, ஏதோ இன்ப அதிர்ச்சி தர போகிறான் என மனம் மகிழ, அவன் புறம் திரும்பினாள்.

" என்னாச்சு? ஏன் முகம் சுருங்கி போய் இருக்கு என் செல்லத்துக்கு? " மித்ரன் இதழ் அவளின் கன்னம் உரச, மெல்ல அவளின் தேக இறுக்கம் இளகி அவன் கையில் கட்டுப்பட, மித்ரன் அவளை இன்சு இன்சாக முத்தம் வைத்தான். அவனின் மென்மை அவளுக்கு பொறுமை இல்லாமல் செய்தது. அவளின் பாதத்தின் அருகில் வந்தவன் அவளின் இரவுடையை மேலே தூக்கி பாதத்தில் இருந்து முத்தம் வைத்து கொண்டு வந்தான். இவனின் முன் விளையாட்டு நேரம் நீண்டு மணி பதினொன்று முப்பதாக,

" மாமா.. சீக்கிரம் சொல்லேன். என்ன சப்ரைஸ் தர போற? ஏன் இவளோ காக்கா வைக்கிற? "

" என்ன சொல்ற கார்த்தி, புரியல "

" இன்னிக்கி என்ன நாள் தெரியுமா உங்களுக்கு?

" என்ன நாள்? "

" எனக்கு.. எனக்கு பிறந்த நாள். அதும் அஞ்சு நிமிசத்தில முடிய போகுது. உங்களுக்கு என் பிறந்த நாள் கூட தெரியல இல்ல? எவ்ளோ ஆசையா இருந்தேன் தெரியுமா? இப்போ கூட நீங்க அணைக்கவும் எதோ இருக்கும் எதிர்பார்த்தேன். கடைசியா வெறும் உடம்புக்கு தான் எல்லாம்.. ச்ச்ச.. தள்ளி போங்க "

" சத்தியமா ஞாபகம் இல்ல டா கார்த்தி மா.. வேணும் எதும் செய்யல டா சாரி..

சாரி தங்கம்.. "

" ப்பா.. நீங்களும் உங்க சாரியும்.. நல்ல பிறந்த நாள் பரிசு சாரி. "

" செல்லம் இல்ல.. ஞாபகம் இல்ல டா. வொர்க் பிரஸர் புரிஞ்சுக்க கார்த்தி. "

" உங்களுக்கு உங்க வேலை தான் பொண்டாட்டி. அதையே கட்டிகிட்டு அழுங்க. என்னை விடுங்க. எனக்கு இந்த ஏமாற்றம் தேவை தான். "

மித்ரன் என்ன சொல்லியும் கேட்காமல் கார்த்தி கோவத்தில் இருக்க, காலை பேசி கொள்வோம் என மித்ரன் சற்று நேரம் கொடுத்து உறங்கி இருந்தான். காலையில் வீட்டில் அவள் இல்லை. மித்ரன் அவளுக்கு அழைக்க அம்மா வீட்டிற்கு வந்து இருப்பதாக கூறி இருந்தாள்.

கோவம் கொண்டு தாய் வீடு சென்று விட்டாள் என புரிய, தாயிடம் விஷயத்தை சொல்லி அத்தை மாமா காதில் போட சொன்னான். ஒரு வாரம் அவனை தனியே விட்டு, அவன் அழைப்பு செவி சாய்க்காது, மாமியார் இல்லம் சென்றாலும் அவனை காணாது தவிர்த்து இருந்தாள். பின் கார்த்தியின் தாய் கடிந்து பேசவும் இல்லம் வந்து இருந்தாள்.

மித்ரன் அன்று அவளுக்கு பிடித்த உணவு வாங்கி கொடுத்து மன்னிப்பு கேட்க, எதுவும் பேசாது உண்டு இருந்தாள். அதன் பின் தான் இருவரின் இடையில் விரிசல். ஒரு வாரம் அவள் போக்கில் விட்டு, அன்று அருகில் வந்தவனை கார்த்தி உணர்வற்று பார்க்க, மித்ரன் அவளின் முகம் அள்ளி முத்தம் வைத்தான். கார்த்தியின் கண்கள் கலங்க இதழ் சேர்த்து அவளை அழாது செய்து இருந்தான். ஊடல் முடிய கூடல் வேண்டும் என அவன் மெல்ல முன்னேற,

" உடம்பு எல்லாம் முத்தம் கொடுத்து எனக்கு உச்சம் எல்லாம் நீ தர வேண்டாம். உன் தேவை அதானே? அதை மட்டும் செஞ்சிட்டு போ " சொன்னவள் நைட்டியை தூக்கி அவளின் பெண்மையை விரித்து காட்ட, மித்ரன் கட்டிலை விட்டு எழுந்து இருந்தான். சொல்ல முடியாத வலி நெஞ்சை தாக்க, அவள் கண் பார்க்க அதில் வெறுப்பு.

" ஏன் கார்த்தி மா இப்படி பேசற? தப்பு தான் மா மறந்துட்டேன். அதுக்கு ஏன் இப்படி எல்லாம் தண்டனை தர? உன்னை வெறும் உடம்பாவா நான் பார்க்கி-

றேன்? தேவை அது இதுன்னு பேசற? நான் எவ்ளோ முறை மன்னிப்பு கேட்பேன் சொல்லு? என்ன செஞ்சா உன் கோவம் போகும்? "

கார்த்தி எதுவும் பேசவில்லை. அன்றில் இருந்து இருவரின் இடையில் எதோ தொலைந்து போய் இருந்தது. எதையோ சமைத்தால், இவன் எதையோ உண்டான். வீட்டின் தேவைக்காக ஒன்றாக கடைக்கு சென்று, பெற்றோர் சொந்தம் வந்தால் மட்டும் நெருக்கமாக காட்டிக்கொண்டு என இரு மாதம் கழித்து இருந்தனர்.

மெல்ல கார்த்தி மித்ரனை தவிர்க்க ஆரம்பித்து இருந்தாள். முன்பு பேசிய வார்த்தைகளை மறந்து அவனே மனைவியை நாடியும் உணர்வு இல்லாது படுத்து இருந்தாள். உயிர்ப்பே இல்லாத உறவு எதற்கு என அவனும் ஒதுங்கி இருந்தான்.

ஆனால் மித்ரன் கவனிக்க மறந்த சில விஷயங்கள் கார்த்தியின் அலைபேசி எப்போதும் தொடர்பில் இருந்தது. பரிசு பொருட்கள் வீட்டில் புதிதாக சேர்வது, கணவன் அவனை கட்டிலில் ஒதுக்கி தாம்பத்திய உறவை தவிர்த்து இருந்தது. இரவு அடித்து போட்டது போல கார்த்தி உறங்குவது. கோபம் அனைவருக்கும் வருவது தான் ஆனால் இந்த சிறு விஷயத்திற்காக பேசாது, உறவை தவிர்த்து, மாமா என்ற விழிப்பை நிறுத்தி இருந்தது எல்லாம் அவனின் புத்திக்கு எட்டவில்லை.

ஆனால் கார்த்தி அவளின் கல்லூரி தோழனுடன் உறவை ஏற்படுத்தி இருந்தாள். அலைபேசியில் அவனிடம் மித்ரன் பற்றிய குறைகளை சொல்லி புலம்பி ஆறுதல் தேட தொடங்கி இருந்தாள். அவர்களின் நடுவில் தகாத உறவு உண்டாகி இருந்தது. கார்த்தி எதிர்பார்த்தது போல, ரொமான்டிக் பேச்சும் பார்வையும், மனைவியை எப்போதும் உள்ளங்கையில் தாங்குவதும், அவளுக்கு சமைத்து போட்டு, கால் பிடித்து, அவளோடு வெளியே சுற்றி, புகைப்படம் எடுத்து, பதிவேற்றி பார்க்கும் ஆண் மகன் இல்லை மித்ரன். "

மனைவியின் பிறந்த நாளை மறந்தவன் அதற்கு ஈடு செய்ய எந்த பரிசையும் கொடுக்கவில்லை, மன்னிப்பையும் கேட்கவில்லை. தன் தோழிகளுக்கு உள்ளது போல கணவன் தனக்கு இல்லை என்பதும், அவள் எதிர்பார்த்த எந்த தகுதியும் இல்லாத அவனை விட தன்னை நேசிக்கும், தனக்கு பரிசுகள் தரும், தன்னை ராணியாக தாங்கும் நண்பன் காதலனாக மாறி இருந்தான். காதலன் அவனோ கட்டிலுக்கு வர அனுமதி கேட்டதும் சரியென சொல்லி இருந்தாள் கார்த்தி.

இருவரின் இடையில் தடைகள் நீங்கி இருவரும் மித்ரன் இல்லாத பகல் பொழு-துகளில் அத்துமீறி இருந்தனர். கார்த்திக்கு அவனின் வேகம் பிடித்து இருந்தது. அவனோடு இந்த உடல் உறவு வலித்தாலும் பிடித்து இருந்தது.

" போதும் மித்ரன். சாரி, மணி ஒன்னு ஆகிடுச்சு பசிக்குது . எதாவது சாப்பிடலாம் ஆர்டர் போடுறேன். சாப்பிட்டு மீதி சொல்லுங்க. "

" ம்ம் சாரி சாரா. என் சோகத்தை சொல்லி உன்னை.. சாரி மா "

" நான் உங்க ப்ரெண்ட் மித்ரன். எதையும் யோசிக்க வேண்டாம். அது நம்ம கடந்த காலம். "

சாரா உணவை ஆர்டர் செய்ய, மித்ரன் சோஃபாவில் சரிந்து படுத்து கொண்டான். கண்மூடி இருந்த அவன் கண்ணில் கண்ணீரை பார்த்தவள், அவன் கண் துடைத்து விட, மித்ரன் எழுந்து படுக்கை அறை உள்ளே சென்று இருந்தான். அவனின் அழுகை வெடித்து அதை மறைக்கவும் முழுங்கவும் அவன் முயற்சி செய்ய, சாராவும் ஹாலில் அழுது இருந்தாள்.

பின் உணவு வர மதிய உணவை உண்டனர் இருவரும். சாரா அவனுக்கு தூக்க மாத்திரை தர மித்ரன் அவளை கேள்வியாக பார்த்தான்.

" ரெண்டு நாளா சரியா சாப்பிடாம, தூங்காம எதும் வர போகுது மித்ரன். வலி தான் அதுக்காக அதையே நினைச்சு அழுது சாக முடியுமா? வலி கொடுத்த அவங்க நல்லா தானே இருக்காங்க? நமக்கு என்ன? சொல்ல போனா நரகத்தில் இருந்து விடுதலை தான் நமக்கு கிடைச்சு இருக்குன்னு சொல்லணும். மாத்திரை போட்டு பேசுங்க. சொல்லி முடிக்கும் போது தூக்கம் வந்து இருக்கும். "

மித்ரன் மாத்திரைகளை எடுத்து கொள்ள, சாரா அவன் எதிரில் அமர்ந்தாள்.

" நான் அவளுக்கு நேரம் ஒதுக்காம இல்ல சாரா. வாரத்தில் நாலு நாள் ராத்திரி சமையல் இருக்காது. நான் வர சோர்வுக்கு என்னால ஹோட்டல் போக முடி-

யாது. ஆனாலும் அவளுக்கு பிடிச்ச சாப்பாட்டு வாங்கிட்டு வந்து, நானே ஊட்டி விடுவேன். வார கடைசியில் அவங்க அம்மா வீட்டுக்கு போயிடுவோம். பீரியட்ஸ் ஆகும் போது அம்மாவும், அத்தையும் அவளுக்கு உதவிக்கு இங்க வந்துருவாங்க. எல்லாம் வாங்கி கொடுத்து, அதிக நேரம் வேலை பார்க்காம, வேலைக்கு அடுத்து வீடும் பொண்டாட்டியும் தான் இருந்தேன். எனக்கு ரொமான்ஸ் வராது தான். ஆனா ஒரு நாளும் கட்டிலில் அவளை வற்புறுத்தினது இல்ல. சின்ன கீறல் அவ மேல விழ விட்டது இல்ல. அவ பெயரை கூட அழுத்தி கூப்பிட்டது இல்ல. எனக்கு சோர்வு இருந்தாலும் அவளோட கூடி இருக்கேன். அவ முகம் சுருங்க கூடாதுன்னு பார்த்து பார்த்து தான் எல்லாம் செய்வேன். "

" ஆனா உங்களோட நேரம் அதுவும் முக்கியம் தானே மித்ரன்? "

" ஆமா முக்கியம் தான். ஆனா வேலை அதை விட முக்கியம் இல்லையா? ஒரு விமானியை இப்படி கேட்க முடியுமா? ஒரு மருத்துவரை இப்படி தடுக்க முடியுமா? நம்மை மட்டுமே எல்லா நேரமும் யோசிக்க முடியுமா? நான் பல ஆயிரம் முறை என் வேலையை பத்தி சொல்லி இருக்கேன் சாரா. ஏன் என்னையும் என் உணர்வுகளையும் அவ புரிஞ்சுக்க முயற்சி செய்யல. அவளுக்காக நான் முயற்சி செய்தேன் சாரா. எனக்கு விருப்பமே இல்லாத இடத்துக்கு அவ கூப்பிட்டாலும் நான் போய் இருக்கேன். சிரிப்பு மாறாம அங்க அவளை ஸ்பெஷலா உணர வெச்சு இருக்கேன். காசையும் என் நேரத்தையும் தண்ணியா செலவு செய்து இருக்கேன். ஆனா அதுக்கு எல்லாம் அவ கொடுத்த பரிசு என்ன தெரியுமா? "

7

" அன்னிக்கி எங்களுக்கு முதல் கல்யாண நாள் சாரா, எல்லாரும் எங்களுக்கு வாழ்த்து சொல்லியும் நான் அன்னிக்கு சாதாரணமா தான் இருந்தேன். ஏன்னா பிறந்த நாளை சொதப்பின மாதிரி இதை எதும் செய்ய கூடாது லீவ் போட்டு இருந்தேன். எப்பவும் வேலைக்கு போற மாதிரி தான் அன்னிக்கு கிளம்பி போனேன். படத்துக்கு டிக்கெட் புக் பண்ணி இருந்தேன் முன்னாடியே, அவளுக்கு பிடிச்ச சாக்லேட், போக்கே, வாங்கிட்டு அவளுக்காக நான் வாங்கின காரை பரிசாக கொடுக்க அன்னிக்கு மதியமே வீட்டுக்கு போய்ட்டேன். அதே நேரம் என் அத்தையும், மாமாவும் வந்து இருந்தாங்க. கதவு திறந்து இருந்தது. நாங்க மூணு பேரும் சத்தம் இல்லாம உள்ள போய் அவளுக்கு ஷாக்கு கொடுக்க போனோம். ஆனா அங்க அவ எங்களுக்கு ஷாக் கொடுத்தா, ஒட்டு துணி இல்லாம என் பொண்டாட்டி இன்னொருத்தன் கூட... எனக்கு சில நிமிஷம் ஒன்னும் புரியல. அவ அம்மாவும் அப்பாவும் அவளை பார்க்க கூடாதா நேரத்தில், பார்க்க கூடாதா நிலையில் பார்த்து கதறி இருந்தாங்க. "

கார்த்தியின் அம்மா கதவை அடைக்க, சில நிமிடத்தில் இருவரும் வெளியே வந்து இருந்தனர். வந்தவனை கார்த்தியின் அப்பா அடிக்க, கார்த்தி தடுத்து நிறுத்தி இருந்தாள். மித்ரன் அப்போது தான் உணர்வு பெற்று இருந்தான். கார்த்திக்கும் அடி விழவும் மித்ரன் தடுத்து இருந்தான். அனைவரையும் அமர சொன்னான்.

" எனக்கு அருள் தான் வேணும். இவனோட நான் வாழ விரும்பல. " கார்த்திகா இவன் என தன்னை கூறியது மித்ரனை காயம் செய்து இருந்தது.

" எத்தனை நாளா உங்களுக்குள்ள இது நடக்குது அருள்? கார்த்தியை விரும்பி சேர்ந்தீங்களா? இல்ல வெறும் படுக்கைக்கு மட்டும் தானா?" மித்ரன் கேட்க,

" விரும்பி தான் சார். அவளுக்கு உங்களோட வாழவே விருப்பம் இல்ல. எங்க ரெண்டு பேருக்கும் விருப்பம் இருக்க போய் தான் ஒன்னா இருந்தோம். நாலு மாசமா இப்படி தான் இருக்கோம். " சொன்னவன் தலை குனிய, கார்த்தியின் அம்மா மட்டும் வாய் அடக்கி அழுதுகொண்டு இருந்தார்.

" எங்களுக்கு இன்னிக்கி தான் கல்யாணமாகி ஒரு வருஷம் முடியுது. ஒரு மாசம் காத்து இருக்க முடியுமா? முறையா விவாகரத்து பண்ணிடறேன். என்னால உங்க-ளுக்கு எந்த தொந்தரவும் இனி இருக்காது அருள். "

" எனக்கு சமாதானம் சொல்லிட்டு கார்த்தியை எதும் செய்துட மாட்டிங்க தானே? " அருள் குரல் நடுங்க கேட்கவும்,

" அவங்க நாலு மாசத்துக்கு முன்னாடியே உங்க மனைவி ஆகிட்டாங்க அருள். நான் தான் மன்னிப்பு கேட்கணும். எதும் தெரியாம தொந்தரவா இருந்துட்டேன். நான் யார் அவங்களை எதும் செய்ய? எனக்கு எந்த உரிமையும் இல்ல. என்னால மட்டும் இல்ல எங்க மாமாவும் எதும் சொல்லவோ, அடிக்கவோ மாட்டார். நான் உறுதி தரேன். "

" நான் போலாமா? "

" போய்ட்டு வாங்க சார். " மித்ரன் சொல்லவும் அருள் கிளம்பி இருந்தான்.

" மாமா.. என்னை மன்னிச்சிடுங்க. நான் எங்கையோ தப்பு பண்ணிட்டேன். என்-னால கார்த்தியை சந்தோசமா வெச்சுக்க முடியாம போய்டுச்சு. விவாகரத்து பண்-ணிடுறேன் மாமா.. உங்க பொண்ணுக்கு அவ விரும்பின வாழ்க்கையை அமைச்சு கொடுங்க மாமா பிளீஸ். "

" சரிப்பா.. நீயே ஒரு முடிவுக்கு வந்ததுக்கு அப்புறம், இந்த அசிங்கத்தை ஏத்துக்க சொல்ல எனக்கு மனசு இல்ல. விதி விட்ட வழி. நாங்க இவளை கூப்பிட்டு

போறோம் மாப்பிள்ளை. "

" இல்ல மாமா.. இன்னிக்கி கூப்பிட்டு போக வேண்டாம் மாமா நாளைக்கு போங்க. அதே போல இங்க நடந்ததை யாருக்கும் வெளிய சொல்ல வேண்டாம் மாமா. நம்ம அஞ்சு பேருக்கு மட்டுமே தெரிஞ்ச ரகசியமா இருந்துட்டு போகட்டும். வெளிய சொன்னா எல்லாருக்கும் கஷ்டம். வீட்டுக்கு கூப்பிட்டு போய் அடிக்கவோ திட்டவோ கூடாது நான் அருளுக்கு வாக்கு கொடுத்து இருக்கேன். "

" சரிப்பா.. இவளை அடிக்க கூட தொட எனக்கும் விருப்பம் இல்ல. உன் வார்த்தையை மாமா மீற மாட்டேன் பா "

" சரி மாமா.. நான் சாப்பிட எதும் வாங்கிட்டு வரேன். நீங்க ரூமில் ரெஸ்ட் எடுங்க. அத்தை கார்த்தியை பார்த்துக்கோங்க " சொல்லிவிட்டு மித்ரன் வெளியில் சென்றவன், ஹோட்டல் சென்று உணவு வாங்கி வந்தான். அவனே எடுத்து வைத்து உண்ண அழைக்க, யாருக்கும் உணவு உள்ளே செல்லவில்லை. மித்ரன் வற்புறுத்த கொஞ்சம் உண்டு இருந்தனர். அந்த மூன்று படுக்கையறை கொண்ட வீட்டில், மித்ரன் ஒரு அறைக்குள் அடைந்து விட, கார்த்தி அவர்களின் அறைக்குள் அடைந்து இருந்தாள்.

காலை மித்ரன் அறையை திறக்கும் போது கார்த்திகா கிளம்பி இருந்தாள். மித்ரன் காலை உணவு வாங்க செல்ல, அவர்களோ வேண்டாம் என கூறி இருந்தனர்.

" நான் ரெண்டு நிமிஷம் உங்க பொண்ணு கூட பேசிக்கட்டுமா மாமா? "

" பேசிக்கோ மித்ரா "

மித்ரன் கார்த்தி முகம் பார்க்க, அவளோ அறைக்குள் சென்று இருந்தாள். பின்னே சென்ற அவன் கதவை அடைக்க,

" என் முடிவில் உனக்கு சம்மதம் தானே கார்த்தி மா "

" சம்மதம் மட்டும் இல்ல.. சந்தோசமும் கூட தான். கையாலாகாத உன்னை விட்டு விடுதலை எனக்கு "

" அப்படி என்ன குறை கார்த்தி என்கிட்ட? கையாளாகதவனா என்னை எது

காட்டுது? "

" ஒரு ரொமான்ஸ் இல்ல, நைட் அவுட் இல்ல, லாங் டிரைவ் இல்ல, பார்டி இல்ல, செல்ஃபி இல்ல, கொஞ்சல் இல்ல, கெஞ்சல் இல்ல, சின்ன சின்ன பரிசு இல்ல. ஹனி மூன் இல்ல. நான் உன் பொண்டாட்டி என் பிறந்த நாள் எப்-போன்னு உனக்கு ஞாபகம் இல்ல, அதுக்கு ஒரு சாரி சொல்லி, சாரி கிஃப்ட் இல்ல. இது எதை பத்தியும் உனக்கு கவலையும் இல்ல. தனியா இந்த நாலு செவருக்குள்ள என்ன செய்வேன் நான்? எவ்ளோ நேரம் தனியா இருப்பேன்? இந்த கட்டிலில் கூட நீ என்னை திருப்தி செய்யல, அப்போ நீ கையாளாகதவன் தானே? நீ எல்லாம் எந்த பொண்ணை கல்யாணம் பண்ணாலும் அவளும் இன்-னொருத்தன் கூட ஓடி போக தான் செய்வா, ஏன்னா உன்னால ஒரு பொண்ணை தாம்பத்தியத்தில் சந்தோஷப்படுத்த முடியவே முடியாது. "

" ஓ.. உன் உணர்ச்சி மட்டுமே உனக்கு பெருசு இல்லையா கார்த்தி? என் உணர்வு அப்போ உனக்கு முக்கியம் இல்ல தானே? உன் எதிர்பார்ப்பு எல்லாம் முக்கியம் நினைச்ச நீ, என்னை ஏன் யோசிக்கவே இல்ல? உனக்காக கார் வாங்கினேன் கார்த்தி. உனக்கு பிடிச்சத தானே இத்தனை நாளும் செய்தேன்? என் பக்கம் யோசிக்காத அப்போ எல்லாம் சரியாகிடும். நீ என்னை ஒரு நாள் புரிஞ்சுப்பனு இருந்தேன். நான் உனக்கு கொடுத்த பிறந்த நாள் பரிசை விட இந்த பரிசு பெருசு "

" நான் எதிர்பார்த்த ஆம்பளை நீ இல்ல. உன்னோட என்னால வாழ முடியாது. எதும் பேசி என் மனசை மாத்த முயற்சி செய்யாத பிளீஸ். உனக்கு புரியர மாதிரி சொல்லட்டா? இரு.. "

கார்த்திகா கட்டிலுக்கு கீழ் தேடி அவளுக்கு மித்ரன் கட்டிய தாலியை எடுத்து வந்தாள்.

" இந்தா நீ கட்டின தாலி. நேத்து அவரோட இருக்கும் போது கழட்டி போட்டது. நாலு மாசமா கழுத்தில் பாரமா இருந்துச்சு. இப்போ நிம்மதியா இருக்கு. எனக்கு நீ வேண்டாம். "

மித்ரன் கண்ணீரோடு வாங்கி கொள்ள, கார்த்திகா வெளியில் சென்று இருந்தாள். முகம் கழுவி வந்தவன் அவர்களை வழியனுப்ப, கார்த்திகா அவனை திரும்பி கூட பார்க்காது சென்று இருந்தாள்.

அடுத்த இரு நாளில் டிவார்ஸ் கேட்டு கார்த்தியே பத்திரம் அனுப்பி இருக்க கையெழுத்து போட்டு அனுப்பி இருந்தான். இருவருக்கும் கவுன்சலிங் நடத்தியும் இருவரும் விவாகரத்து வேண்டும் என உறுதியாக இருக்க, மித்ரனின் அப்பா கோவத்தில் அவனை அடித்து இருந்தார். தாயோ பேசுவதை நிறுத்தி இருந்தார். நான்கு மாதம் கழித்து விவாகரத்து கிடைக்க, கையோடு கார்த்தி அருளை திருமணம் செய்து கொண்டாள். மித்ரன் அவளின் அத்தனை பொருளையும் அவள் இல்லத்திற்கு அனுப்பி இருந்தான். அவளுக்கு என்று எடுத்த காரை அருள் கையில் கல்யாண பரிசாக கொடுத்து இருந்தான்.

இல்லம் வந்தவனுக்கு அழுகை வந்தது. கதறி அழுதபடி படுக்கை அறையில் அவளின் தாலியோடு நிலத்தில் படுத்து கொண்டான். கட்டிலை பார்க்கும் போது எல்லாம் கார்த்தியும் அவளின் இறுதி வார்த்தைகளும் நினைவில் வந்தது. கையாளாகதவன்.. உன்னால ஒரு பொண்ணை சந்தோசமா வெச்சுக்க முடியாது..

மித்ரன் அமைதியாய் படுத்து இருந்தான். அவன் கண்ணில் நீர் மட்டும் நின்றாதாக இல்லை. எத்தனை கனவும், ஆசையும் அவனுக்கு? அத்தை பெண் என எத்தனை நேசம் வைத்து இருந்தான்? அவளே சரியென நிற்கும் நேரத்தில் எல்லாம் சண்டை போடாது, பொறுத்துக்கொண்டு அவனின் நிலையை சொல்லி மன்னிப்பு கேட்டது பெரும் குற்றமாக போய் இருந்தது. இது தான்.. இப்படி தான் என கண்டித்து, அறிவுரை சொல்லி அவளுக்கு பாடம் சொல்லி தந்திருக்க வேண்டுமோ? வேதனையில் நெஞ்சம் ஏரிந்தது. சிந்தும் கண்ணீர் கடலால் கூட அதை அணைக்க முடியவில்லை.

சட்டென தாயின் கதறல் கேட்க, அறையில் வாயிலை பார்க்க அவன் குடும்பமே அழுது கொண்டு நின்று இருந்தது. பொறுக்க முடியாது கார்த்தியின் அம்மா, ஜோதியின் காதில் விஷயத்தை சொல்லி காலில் விழ, ஜோதி அனைவருக்கும் சொல்லி அவர்களை அழைத்து வந்து இருந்தார். தாயை கண்டதும் துக்கம் பெரிதாக, மித்ரன் ஜோதி மடியில் படுத்து கதறி அழ, அனைவரும் சரியாகவே இரு நாட்கள் தேவையாய் இருந்தது. நல்ல வேலையாக அறையில் கார்த்தி பேசியது யாருக்கும் தெரியாது போய் இருந்தது.

மித்ரன் வேலையை விட்டு, அந்த வீட்டின் படுக்கை அறையில் படுக்கையை வெறித்து பார்த்து படுத்து இருந்தான். அவனின் மாமன் விஷ்ணு தான் எதோ சரியில்லை என்று கணித்து, மனநல மருத்துவமனை அழைத்து சென்றான். அங்கே

சொன்ன அறிவுரையை கேட்டு தான் கொஞ்சம் மனம் தெளிந்து இருந்தான் மித்ரன். அங்கே அவனிடம் குறை எதுவும் இல்லை என நிரூபிக்க தான் அவனின் ஆண்மையை பரிசோதித்து, மித்ரன் பூரண நலம் என்று கூறி இருந்தனர்.

அவன் மனதை சரிசெய்ய உடல் பயிற்சி செய்ய சொல்லி இருந்தனர். ஒரு வருடம் கழித்து, கோபியை எதர்ச்சையாக பார்க்க, அவர் உதவிக்கு வர முடியுமா என்று அழைக்கவும் மித்ரன் அவன் இப்போது இருக்கும் நிலை சொல்லி, அவரோடு வர சம்மதம் கூறி இருந்தான்.

" பெரிய வலி சாரா அது.. அவளை தங்கமா தாங்கலன்னு அவ நினைக்கிறா, ஆனா நான் அவளை அப்படி தான் தாங்கினேன். தான் நேசிச்ச பொண்ணை இன்னொருத்தன் கூட பார்க்கிறது எவ்ளோ வலி தெரியுமா? அதும் பார்க்க கூடாதா கோலத்தில், கார்த்தி கடைசியா பேசின வார்த்தையில் எனக்குள் இருந்த ஆண்மை இல்லாம போன உணர்வு. என்னால எந்த பொண்ணையும் சந்தோஷப்படுத்த முடியாதுன்னு ஒரு பயம், இந்த பயத்தில் உண்மையாவே சந்தோஷப்படுத்த முடியாம போய்ட்டா, அவளும் என்னை விட்டு போய்டுவா தானே? நான் ஒரு கையாளகாதவன் சாரா.."

" நான் அவளை பொள்ளாச்சியில் பார்த்தேன். மனசு சரியில்லாம ஆனைமலை மாசாணி அம்மன் கோவிலுக்கு போய்ட்டு வருவோம் போனேன். அங்க தான் பார்த்தேன் அவளை, கண்ணில் நீர் வழிய அம்மனை வேண்டிட்டு எதிரில் பார்த்தா, கார்த்திகா நின்னுட்டு இருந்தா அவ கூட அந்த அருள். அருள் என்னை பார்த்து பேச வாய் திறந்த நிமிஷம் அங்கிருந்து நான் ஓடி வந்துட்டேன். அப்போ வந்து வீட்டில் அடைஞ்சது தான். நீ வந்து கூப்பிடவும் தான் திறந்தேன். "

8

" இன்னுமா உங்களுக்கு மாத்திரை வேலை செய்யல? " மித்ரன் மாத்திரையை சட்டை பையிலிருந்து எடுத்து தர, சாரா முறைத்து இருந்தாள்.

" நீ உன் வீட்டுக்கு போ. நான் தூங்கிடுவேன். இப்போ நெஞ்சில் அழுத்தின பாரம் இல்ல. ராத்திரி டின்னர் போலாமா? "

" போலாம்.. போலாம்.. இப்போ தூங்குங்க " சாரா சொல்லி விட்டு செல்லவும் மித்ரன் உறங்க முயன்று உறங்கி இருந்தான்.

இரவு இருவரும் டின்னர் சென்றனர். முன்னொரு முறை வந்தது போல இப்போதும் சாரா ஏசி அறையை தேர்ந்து எடுக்க, இந்த முறை மித்ரன் எந்த தயக்கமும் இன்றி அவளோடு அறை உள்ளே வந்து இருந்தான். உணவுகளை சொல்லி காத்திருக்க,

" என் கதை கேட்ட அப்புறம் என்மேல கோவமா? வெறுப்பா? " மித்ரன் கேட்க,

" வியப்பா இருக்கு மித்ரன் "

" வியப்பா? ஏன் எதுக்கு? "

" என்னை போலவே இருக்கீங்க மித்ரன். என்னோட ஆண் வேர்ஷனை பார்த்த மாதிரி இருக்கு. அதான் வியப்பு."

" சாரா? "

" புரிதல் முக்கியம் மித்ரன். தாம்பத்தியம் வெறும் உடல் இணையுறது இல்ல. புரிதலோடு இணையுறது. எந்த அன்பும் இல்லாத ஒருத்தருக்கு நம்ம எண்ணம் எப்படி புரியும் சொல்லுங்க? கார்த்தி அவளோட எண்ணங்கள், உணர்வுகள், ஆசைகள், எதிர்பார்ப்புகள் இப்படி எல்லாமே அவளோடது தான். இதில் நீங்க இல்லவே இல்லையே மித்ரன். சின்ன பொண்ணு வேற நிறைய அவசரம் அவளுக்கு, அதான் பாதை மாறி போய்டுச்சு. நீங்க விட்டு பிடிப்போம் விட்டதை அவ அக்கறை இல்லன்னு நினைச்சுட்டா, இதான் வேணும் அவளும் மனசை திறந்து பேசல, அவளுக்கு என்ன வேணும் சொல்லாம, நீங்களே செய்யனும் எதிர்ப்பார்த்தா எப்படி கிடைக்கும்? "

" உண்மை தான். ஆனா நானும் அவகிட்ட பேசி இருக்கணும். அவ ஆசைகளை கேட்டு இருக்கணும் தோணும். ஆனா அவளுக்கு என் மேல ஆசை இருந்துச்சா? ஒரு முறை கூட முத்தம் வெச்சது இல்ல. எனக்கு எந்த பரிசும் கொடுத்தது இல்ல. சில முறை உறவை வாய்விட்டு கேட்டு இருக்கா அவ்ளோ தான். என் ஆசை, எதிர்பார்ப்பு, எண்ணம் எதையும் கேட்டது இல்ல. சின்ன சின்ன அந்தரங்கம் நினைவுகள் கூட அவளோட எனக்கு கிடையாது சாரா. என்னை அவளுக்கு ஆரம்பத்தில் இருந்தே பிடிக்கலன்னு தோணுது இப்போ யோசிச்சா "

" இது எப்படியும் முடிய வேண்டிய உறவு தான் போல மித்ரன். ஆனா இத்தனை வலியோட முடிஞ்சு இருக்க வேண்டாம். உங்க ரிபோர்ட் உங்களை சகல வளமும் உள்ள ஆண் தான் சொல்லுது. ஒரு விஷயத்தை பத்தி முழுசா தெரியாதவங்க சொல்ற கமென்ட் பத்தி யோசிக்கவே கூடாது. சோ பழசை மறந்துட்டு புது வாழ்க்கையை தொடங்குக சீக்கிரம் அதான் உங்களுக்கு நல்லது "

உணவு வரவும் மித்ரன் உணவை பார்த்து விட்டு சாராவை பார்க்க,

" பாவம் பிள்ளை ரொம்ப டிஸ்ட்ரபா இருக்கேனு, உங்களுக்கு பிடிச்சது எல்லாம் ஆர்டர் பண்ணி இருக்கேன். சாப்பிடுங்க "

மித்ரன் புன்னகையோடு உண்ண, அங்கே அருளும், கார்த்தியும் வந்து இருந்தனர். அவர்களும் இருக்கை பார்த்து அமர்ந்த இருக்க மித்ரன் பார்வையில் பட்டு இருந்தனர். மித்ரன் மெல்ல சாரா அருகில் அமர,

" என்னாச்சு மித்ரன்? "

" பின்னாடி கார்த்தியும், அருளும் உக்கார்ந்து இருக்காங்க சாரா. எனக்கு அவ முகம் பார்க்க கூட விருப்பம் இல்ல. அதான் இடம் மாறி உக்கார்ந்தேன். நீவேனா என் எதிரில் மாறி உக்கார்ந்துக்கோ. "

" இவளோ தானா? உங்க முன்னாள் மனைவியை வெறுப்பு ஏத்தி விடுவோமா? " சாரா புன்னகையுடன் கேட்க, மித்ரன் அவளை பார்த்து என்னவென விழிக்க,

" நீங்க சந்தோசமா இருக்கீங்க தெரிஞ்சா அதுக்கு வலிக்கும் அதான் சொன்னேன். "

" ஓ புரியுது. "

" அவ்ளோ தான் எப்பவும் போல சந்தோசமா இருங்க. நான் உங்க எதிரில் உக்கார்ந்து வேடிக்கை பார்க்கிறேன்.."

சாரா இடம் மாறி அமர, தட்டை மாற்றி வைத்து உணவு உண்ண, கார்த்தி அவன் அருகில் வந்து அமர்ந்தாள்.

" ஏன் என்னை பார்த்து விலகி போறீங்க? எதோ தெரியாம செய்த தப்பு மாமா, இப்போ என் தப்பு எனக்கு புரியுது. உங்களை காயப்படுத்திட்டேன் தான். சாரி மாமா "

" யார் நீங்க? எதுக்கு இங்க வந்து தேவையில்லாத விஷயத்தை பேசிட்டு இருக்கீங்க? " சாரா கேட்கவும்,

" ஹலோ, நான் இவரோட மாமா பொண்ணு, நான் அவரோட பேசறேன். நீங்க கொஞ்சம் அமைதியா இருங்க. "

" என்ன மித்ரன் உங்க அத்தை பொண்ணா இவங்க? "

" அத்தை இருக்காங்க சாரா, ஆனா அவங்க பொண்ணு இறந்து ஒரு வருஷத்துக்கு மேலாகுது. "

" அய்யோ அப்போ.. இது யாரு? ஆவியா? "

" யாருன்னு எனக்கு தெரியல. நீ சாப்பிடு. ஒருவேளை அவங்க மாமா பையன் போல நான் இருக்கேன் போல, எனக்கு இங்க உக்கார ஒரு மாதிரி சங்கடமா இருக்கு, உன் பக்கத்தில் வரடுமா? "

" இது என்ன கேள்வி வாங்க "

மித்ரன் இடம் மாறி சாரா அருகில் அமர, கார்த்தி இருவரின் பேச்சையும் நெருக்கத்தையும் கவனித்து கொண்டு இருந்தாள்.

" தனியா இருக்கீங்கன்னு தான் சொன்னாங்க. ஆனா இவளோட இருக்கீங்க போல? "

" இதுல உங்களுக்கு எதும் பிரச்சனையா சிஸ்டர்? உங்களுக்கு மட்டும் தான் துணை இருக்கணுமா? மித்ரனுக்கு யாரும் இருக்க கூடாதா? உங்களுக்கே துணை இருக்கும் போது இது ஒன்னும் ஆச்சரியம் இல்லையே? "

" ரெண்டு பேரும் ஒன்னா இருக்கீங்களா? சொல்லுங்க மாமா?"

" ஆமா.. ஒன்னா தான் மேடம் இருக்கோம். லிவிங் டூ கேதேர் லைஃப். சீக்கிரமே கல்யாணம் பண்ணிக்க போறோம். உங்களுக்கு எதும் பிரச்சனையா? "

கார்த்தி அவன் கேட்ட கேள்வியிலும், சொன்ன தகவலிலும் அதிர்ந்து சாராவை பார்த்தாள். மித்ரன் அருகே சரியான ஜோடியாய் பொருந்தி போய் இருந்தாள். பார்க்கும் அனைவருக்கும் பிடித்து போகும் தோற்றம், கட்டான உடலும் கலையான முகமும், கண்ணில் தெரியும் நிமிர்வும். இயல்பாய் மித்ரன் அருகில் சாரா அமர்ந்து இருப்பதும். கார்த்தியை ஏனோ கலங்க செய்து இருந்தது. எதுவும் பேசாது எழுந்து சென்றவள், சற்று நேரத்தில் அருளோடு ஏசி அறையை விட்டு வெளியே சென்று இருந்தாள்.

" தாங்க்ஸ் சாரா "

" உங்க முன்னாள் மனைவிக்கு மரியாதை, பாசம் எல்லாம் வந்திருக்கும் போல, கூடவே மன்னிப்பு எல்லாம் கேக்குறாங்க பெரிய விஷயம் தான். "

" அவளை பத்தி பேச்சை விடு சாரா, எனக்கு வெறுப்பா இருக்கு. கொஞ்சம் நல்லா இருந்த மனசை, மறுபடியும் இம்சை பண்ண எதிரில் வந்து இருக்கா, இதுல கேள்வி பார்த்தியா? நான் எதுக்கும் வக்கு இல்லாதவன் நினைப்பு அவளுக்கு "

" சூப்பர். இதோ ரோசத்தில் ஒரு கல்யாணம் பண்ணி ரெண்டு பிள்ளை பெத்து அவ மூஞ்சில் கரியை பூசிடுங்க "

" கிண்டல் பண்ணாத சாரா "

" விடு சொல்லிட்டு, எதுக்கு இந்த ஜட்ஜ்மெண்ட்? நம்ம சோறை தின்போம். என் ஃப்ரைட் ரைஸ் ஆறுது. "

இருவரும் உண்டு வெளியில் வர, கார்த்தியும் அருளும் வெளியே அமர்ந்து உண்டு கொண்டு இருந்தனர். மித்ரன் உணவுக்கு காசு கொடுத்து இருக்க, சாரா இருவருக்கும் ஐஸ் கிரீம் வாங்கி இருந்தாள். இருவரும் ஒன்றாக வெளியே செல்வதை படம் எடுத்து கொண்டாள் கார்த்திகா.

இல்லம் வந்து மாடியின் படியில் அமர்ந்து மீதி ஐஸ் கிரீம் உண்டு முடித்து இருந்தாள் சாரா. மித்ரன் உடை மாற்றி அவளுக்கு சுடு நீர் தர, வாங்கி குடித்து இருந்தாள்.

" பரவாயில்ல சுடு தண்ணி எல்லாம் நல்லா வைக்கறீங்க "

" என்ன கிண்டலா? சுடு தண்ணி மட்டும் இல்ல. நல்லா சமைப்பேன். ஒரு வருஷமா போராடி கத்துக்கிட்டேன். என் மனசு ரொம்ப காயமா இருந்த நேரத்தில் டாக்டர் சொன்ன வழிமுறை இது, புதுசா எதையாவது கத்துக்க சொன்னார். நான் சமையல் கத்துக்கிட்டேன். நல்லாவும் சமைப்பேன். நாளைக்கு ராத்திரி என் சமையல் தான் உனக்கு, காத்திரு "

" ஒரு கிண்டல் பண்ணதும் ஆம்பள சிங்கத்துக்கு கோவத்தை பாருங்கப்பா, இன்னிக்கி போட்ட மாதிரி, நாளைக்கும் சாமியே சோறு போட போறீங்க. எனக்கு ரொம்ப சந்தோசம்."

" ஏன் சாரா உனக்கு சமைக்க தெரியாதா? காஃபி, பிரெட், ஆம்லெட் இதான் தெரியுமா? "

" ஹலோ என்ன என்னையே கிண்டல் பண்றீங்க? "

" அட சமைக்க தெரியுமா? தெரியாதா? அதை சொல்லுங்க மேடம் " மித்ரன் கிண்டல் குரலில் கேட்க,

" நல்லாவே தெரியும். நாலு வருஷம் சமையல் செய்து இருக்கேன். உங்களை விட நல்லாவே சமைப்பேன். வரம் வாரம் என் வீட்டில் தான் உங்களுக்கு சாப்பாடு. உங்களுக்கு பிடிச்ச நெத்திலி மீன் குழம்பு வெச்சு தரேன். சாப்பிட்டு அப்புறம் கிண்டல் பேசுங்க "

" ஓ அப்போ சரி என்னை ஹாஸ்பிடல் அனுப்பிடாத சாரா, எனக்கு பிள்ளை, பொண்டாட்டி எல்லாம் இல்லைனாலும் வாழ ஆசை இருக்கு "

" ரொம்ப கிண்டல் பண்றீங்க மித்ரன். இது எல்லாம் வார கடைசியில் பதில் சொல்றேன். "

" சரி சரி சாரி. கிண்டல் எல்லாம் இல்லை. நான் நாளைக்கு சமைச்சு தரேன். நீயும் கொடு. அக்கறை உள்ளவங்க சமைச்சு கொடுத்தா அருமையா தான் இருக்கும். அதனால் நான் ஆர்வமா இருக்கேன். அப்புறம் ரொம்ப தாங்க்ஸ் சாரா. எதும் இல்லாத என் வாழ்க்கையில் உன் அக்கறை நிம்மதியா இருக்கு. "

" மித்ரன் என்ன இதெல்லாம் ? "

" ஆமா சாரா. எல்லாம் தெரிஞ்சும். என்னை எந்த வகையில் இப்படி தான் அப்படி தான் முடிவுக்கு வராம, என்னோட இயல்பா இருக்கிற உன் மனசும், என் மேல நீ காட்டின அக்கறையும் எனக்கு நிம்மதியா இருக்கு. அதும் போக இன்னிக்கி ஹோட்டலில் நீ இல்லாம வேற யாரோட நான் அங்க இருந்து இருந்தாலும் அந்த சூழ்நிலையை தாண்டி இருக்க மாட்டேன். உன்னோட தான் இருக்க போய் தான் அந்த சூழ்நிலை சுலபமா இருந்த உணர்வு. கார்த்தி உன்னையும் என்னையும் சேர்த்து பேசினதுக்கு எதும் வருத்தம் இல்லையே? "

" ரொம்ப எமோஷனல் ஆகாதீங்க மித்ரன். அனுசரணை இல்லாத வாழ்க்கை என்ன வாழ்க்கை? அதும் எல்லாம் தெரிஞ்ச நான் உங்களை அனுசரிக்க மாட்டேனா? கார்த்தி எல்லாம் எனக்கு தூசி மாதிரி. நீங்க எதுக்கும் ஃபீல் பண்ணா-

தீங்க. சமத்தா போய் தூங்குங்க. நாளைக்கு எனக்கு நீங்க தான் சோறு போடணும். "

மித்ரன் அடுத்த நாள் இரவு சமையல் செய்து விட்டு சாராவை அழைக்க, சாரா அவன் இல்லம் வந்து இருந்தாள். முதல் முறை ஹால் தாண்டி அவனின் சமையல் அறைக்குள் வருகிறாள். ஆண் ஒருவன் வசிக்கும் இல்லம் என்று கூறினால் அது பொய் என சொல்வார்கள் பார்ப்பவர்கள். அத்தனை நேர்த்தியாக, சுத்தமாக இருந்தது.

அனைத்தும் எடுத்து கீழே வைத்து விட்டு அமார்ந்தவன் அவளுக்கு பரிமாறினான். வெண்ணெய் தடவிய சப்பாத்தியும் அதற்கு தொட்டுக்கொள்ள பன்னீர் மக்கனியும், இனிப்புகாக ரைஸ் கீர் செய்து இருந்தான்.

9

மித்ரன் உணவு பரிமாற இனிப்புடன் ஆரம்பிக்க சொல்லி கீர்ரை கொடுத்தான். குடித்து விட்டு அவள் கண் விரிக்க, மித்ரன் தட்டில் சப்பாத்திகளை அடுக்கி மக்கனி குழம்பும் கொடுக்க, சாரா உண்டு விட்டு கையெடுத்து கும்பிட, மித்ரன் முகத்தில் புன்னகை. அவளோடு அவனும் சிரிப்பும் பேச்சுமாக உண்டு எழுந்து இருந்தனர்.

" ரொம்ப நல்லா இருக்கு மித்ரன். இனிமேல் நீங்க சப்பாத்தியும் குருமாவும் செய்-யும் போதும் எனக்கும் ஒரு பார்சல் பண்ணிடுங்க. நல்ல சோறு இன்னிக்கி "

" ரொம்ப புகழாத உன்னை விட என் சமையல் அவ்ளோ பிரமாதமா இருக்கா-துன்னு எனக்கே தெரியும். "

" நான் சமைச்சு பல மாசாமாகுது மித்ரன். சவாலா சொல்லிட்டேனே தவிர இன்-னும் யோசனையா தான் இருக்கு. "

" ஏன் சாரா சமைக்க இவளோ யோசனை? நல்லா சமைக்கற நீ, உனக்கு கூட சமைக்காம இருக்கிறது ஏன்? "

" சலிப்பு மித்ரன். ஒரு காலத்தில் அடுத்த வேலைக்கு என்ன சமைப்போம். இது செய்வோமா? அது செய்வோமா? ஆயிரம் யோசனை இப்படி இருக்கும். ஒரு காலத்தில் வித விதமா சமையல் செய்வேன். இப்போ சலிப்பும் வெறுப்பும் தான் மிஞ்சி இருக்கு, ஆக்கி போட்ட கையை வெட்டி போடணும் கூட நினைச்சு இருக்கேன். சாப்பாடு அது மேல பிடிப்பே போய்டுச்சு. உங்க அம்மா மீன் குழம்பு

வெச்ச அன்னிக்கு சாப்பிட அவ்ளோ ஆசை. கோழி குழம்பு கொடுத்த அப்பவும் ஆசை இருந்தும் வேண்டாம் சொல்லிட்டேன். உங்க அம்மா கண்ணில் இருந்த கருணை என்னை என்னவோ செய்தது மித்ரன். அப்புறம், ஹாஸ்பிடல் போய்ட்டு வர அப்போ உங்க கூட தான் ஒரு வருஷம் கழிச்சு அசைவம் சாப்பிட்டு இருக்கேன். முன்னாடி வீட்டிலும் எல்லாமே செய்வேன். ஆனா பழைய ஞாபகம் எல்லாம் ஒன்னா வந்து அழுத்தம் கொடுக்கும். "

" அன்னிக்கி ஏன் சாரா அழுத? அதான்.. நான் மீன் கடை பத்தி கேட்க வந்த அப்போ? "

" அம்மா ஞாபகம் வந்துருச்சு. வீட்டுக்கு முதல் குழந்தை நான், அம்மாக்கு என்ன தான் தம்பி செல்லமா இருந்தாலும். அம்மாவும் அப்பாவும் என்னை தாங்குவாங்க, உங்களை திட்ட அம்மா, கொஞ்ச, கெஞ்ச அம்மா உண்டு. எனக்கு யாருமே இல்லன்னு சுய பச்சாதாபம் என்னை அழ வெச்சுடுச்சு. சாரி மித்ரன். "

" புரியுது மா. பழசை யோசிக்காத சாரா உனக்கு கஷ்டம் கொடுக்கும் சொன்னா, நீ சமைக்க வேண்டாம். உன்னை காயப்படுத்தி எனக்கு சமைக்க வேண்டாம். "

" இல்ல.. இல்ல.. நான் சமைக்கனும் ஆசையா இருக்கேன் மித்ரன். என் சமையல் ஆர்வம் என்னோட வந்தது. அது யாரோ ஒருத்தர் நினைவுக்காக இத்தனை நாளும் தள்ளி வெச்சுட்டேன். இனியும் தள்ளி வைக்க விருப்பம் இல்ல. அதும் போக சோதனை எலி சும்மா கிடைக்குமா? தானா சிக்கும் போது தானே சாகசம் எல்லாம் செய்ய முடியும்? " சாரா இறுதி வரிகளை கிண்டலாக சொல்லவும் மித்ரன் சட்டென சிரித்து இருந்தான்.

" சாரா என்னை சோதனை எலி சொல்லிட்டே இல்ல? "

" ஆமா. சோதனை எலி தான். அதும் தானா சிக்கின எலி விட கூடாது இல்லையா? "

" எனக்கு ஒன்னும் உன் சமையல் வேண்டாம் போ "

" அச்சோ.. சும்மா சொன்னேன் மித்ரன். உங்க அளவுக்கு அற்புதமா செய்யாட்டியும் கொஞ்சம் சுமாரா செய்வேன். சாப்பிட்டு டிப்ஸ் கொடுங்க. சரி பண்ணிக்கிறேன்."

" சரி சாரா. ரெண்டு நாள் நான் ஊருக்கு போறேன். அக்கா கல்யாணமாகி அஞ்சு வருஷம் கழிச்சு உண்டாகி இருக்கா, அவளை பார்க்கணும் ஆர்வமா இருக்கு. பால் இரண்டு நாளுக்கு வேண்டாம் சொல்லிட்டேன். பேப்பர் மட்டும் வரும் எடுத்து வை. அப்புறம், பத்திரமா இரு சாரா. "

" நீங்களும் பத்திரமா போய்ட்டு வாங்க மித்ரன். அக்காக்கு என்னோட வாழ்த்தை சொல்லுங்க. சீக்கிரம் தூங்குங்க போங்க. பேசிட்டே நேரம் போய்டும். "

" சாரா.. இரு மக்கனி எடுத்துட்டு போ, நாளைக்கு உன்னோட பிரெட் கூட சாப்பிடு. " மித்ரன் சொல்லிவிட்டு சமையல் அறை சென்று ஒரு பாத்திரத்தில் எடுத்து வந்து கொடுக்க, சாரா வாங்கி கொண்டாள்.

" குட் நைட் மித்ரன் "

" குட் நைட் சாரா. பத்திரமா இரு. சீக்கிரம் வந்துருவேன். "

சாரா அவனின் வார்த்தை கேட்டு அவன் கண்கள் பார்க்க, மித்ரன் கண்ணில் தெரிந்த அன்பு அவளை கண் கலங்க செய்ய எதுவும் பேசாது படியேறி இருந்தாள். அடுத்து வந்த இரு நாளும் சாரா எதையே தொலைத்தது போல தான் இருந்தாள். ஏன் இந்த உணர்வு? இந்த மனம் மித்ரனின் துணையை, ஆதரவை தேடுகிறது என்று அறிந்ததும் சாரா அழுது இருந்தாள். ஊர் என்ன சொல்லும்? இது சரியா தவறா என்பதெல்லாம் பற்றிய கவலையில்லை சாராவிற்கு, அவளின் கடந்த காலம் அது கண் முன்னே வந்து பயம் காட்டியது. மித்ரன் தன் மேல் வைத்து இருப்பது நட்பின் வழி கொண்டே அன்பே என எண்ணியவள், தன் உணர்வுகள் தவறு என்று மனதை அடக்கிக் கொண்டாள். ஆதரவு இல்லாத கொடி ஆதரவு கண்டதும் படர்வது போல, மித்ரன் மீது தன்னுடைய ஆதரவிற்காக கொடி போல படர கூடாது என முடிவுக்கு வந்த பிறகே, அவளுக்கு நிம்மதி வந்தது.

அங்கே மித்ரன் வீட்டில், புகைப்படம் காட்டி அவனை கேள்வி கேட்டாள் அவனின் அக்கா இலக்கியா. மித்ரன் தலை குனிந்து அமர்ந்து இருக்க,

" டேய் நீ தான் லிவிங் டூ கேதரன்னு சொல்லி இருக்க, கல்யாணம் பண்ணிக்க போறேன் சொல்லி இருக்க, ஆமான்னா ஆமான்னு சொல்லு, நாங்க எதும்

சொல்ல போறது இல்ல. உன் இஷ்டம் போல கல்யாணம் பண்ணிட்டு அப்புறம் சேர்ந்து இரு. நீ சந்தோசமா இருந்தாவே எங்களுக்கு போதும். பதில் சொல்லு மித்ரா "

" அக்கா.. அவளை அவோய்ட் பண்ண அப்படி சொன்னேன். சாரா எனக்கு நல்ல ப்ரெண்ட். எனக்கு அவ மேல அன்பும் அக்கறையும் நிறைய இருக்கு. ரொம்ப நல்ல பொண்ணு, எனக்கு அவளை ரொம்ப ரொம்ப பிடிக்கும் தான். ஆனா கல்யாணம் பண்ணிக்க நான் தயாரா இல்ல. இந்த நட்பு போதும் எனக்கு கடைசி வரைக்கும் நானும் அவளும் இப்படியே இருந்துடுவோம். "

" மித்ரா, நீ இப்படியே இருப்ப, அவ? அவளுக்கு கல்யாணம் வேண்டாமா? இல்ல துணை வேண்டாமா? அவ துணை தேடும் போது இந்த நட்பும் பிரிவும் வலிக்கும் டா "

" நான் ஏன் ட்ரீட்மென்ட் எடுத்தேன் மாமா உனக்கு நிச்சயம் சொல்லி இருப்பார். என்னால முடியாது அக்கா, அதும் சாராவை என்னால காயப்படுத்த முடியவே முடியாது. சாராக்கும் கடந்த காலத்தில் நிறைய வலி இருந்து இருக்கும் போல அக்கா, அவளுக்கும் கல்யாணம், தாம்பத்தியம் இதில் நாட்டம் இல்ல. எங்களுக்கு நட்பே போதும் அக்கா. அதும் போக எனக்கு அவ மேல அன்பும் அக்கறையும் தான் இருக்கும். நேசமும் காதலும் இல்ல. அது வேணுமே அக்கா நாங்க சேரவும், வாழவும். எங்களுக்கு இடையில் தான் அது இல்லையே? அவ தான் வேணும் என் மனசு சொல்லும் போது சொல்றேன் அக்கா. "

" நீ இப்படியே இருக்கறதில் எனக்கு கொஞ்சமும் விருப்பம் இல்ல. கார்த்தி இதை வாட்ஸ்அப் பண்ணின அப்போ கோவம் ஒரு பக்கம் இருந்தாலும், என் தம்பிக்கு விடிவு காலம் வந்துருச்சுன்னு நினைச்சேன். இப்போ அதுவும் இல்ல. "

" அக்கா, இங்க பாரு என்னை விடு. நமக்கு இப்போ உன் குழந்தை தான் முக்கியம். ஏங்கி, தவம் கிடந்து, காத்து இருந்து கிடைக்க போற பொக்கிஷம். நீ டென்ஷன் ஆகாதா பிளீஸ். கொஞ்ச நாள் தனிமையை கொடுங்க. நானே என்னை சரி பண்ணிட்டு வரேன். "

" சரி டா. பத்திரமா இருங்க ரெண்டு பேரும். " இலக்கியாவின் வார்த்தையில் மித்ரன் புன்னகை சிந்த, இலக்கியாவும் புன்னகைத்து இருந்தாள்.

மித்ரன் இல்லம் வந்ததும் சாராவை தேடி வர, சாராவின் வீட்டு கதவில் பூட்டு போட்டு இருந்தது. மித்ரன் அவளின் அலைபேசிக்கு அழைக்க,

" சொல்லுங்க மித்ரன் "

" எங்க இருக்க நீ? "

" பாட்டி வீட்டில் இருக்கேன். "

" ஓ, புது ப்ரெண்ட் கிடைச்சுட்டாங்க போல, அதான் என் ஞாபகமே இல்ல மேடமுக்கு, நான் தான் பார்க்க ஆர்வமா இருக்கேன். "

" அட சங்கமித்ரா.. பேசுற நேரத்துக்கு என்னை நேரில் பார்க்க பாட்டி வீட்டுக்கே வந்து இருக்கலாம் தெரியுமா? "

" வரேன்.. வரேன் வை "

மித்ரன் அங்கே செல்லவும் பாட்டி புது புடவையில் நிற்க, தாத்தா பாட்டியை புகைப்படம் எடுத்துக்கொண்டு இருந்தார். கோபி அங்கிள், அவரின் மனைவி வசு-மதி, அமுதா என அனைவரும் இருக்க, சாரா சமையல் கட்டில் பாட்டியின் மரு-மகள் உடன் சமையல் செய்துக்கொண்டு இருந்தாள். கோபி அவனை கண்டதும் வரவேற்க, மித்ரன் பாட்டியை பார்த்து சிரிக்க,

" இன்னிக்கி இவளுக்கு பிறந்த நாள் அது எனக்கு பிடிச்ச 69" தாத்தா கண்ண-டித்து சொல்லவும், கோபியும் மித்ரனும் பெரிதாக சிரிக்க, பாட்டி அவரின் தோளில் அடிக்க,

" பஞ்சாங்கம் இது மட்டும் சரியா தெரியுதா? " தாத்தா கேட்கவும் பாட்டி முறைக்க, கோபியும் மித்ரனும் இடத்தை விட்டு தப்பித்து இருந்தனர்.

" உனக்கு முன்னாடியே பாட்டி பிறந்த நாள் பத்தி தெரியுமா மித்ரன், சரியான நேரத்துக்கு வந்துட்டியே? "

" வீட்டுக்கு இப்போ தான் சார் வந்தேன். சாராவை பார்க்க அவ வீட்டுக்கு போனா பூட்டு போட்டு இருந்தது. அவகிட்ட கேட்ட அப்போ இங்க வான்னு

சொன்னா, வந்தேன்."

" அப்போ அவ சொல்லாம விட்டு இருந்தா வந்து இருக்க மாட்ட தானே? " பாட்டி கேட்கவும்,

" நீங்க உங்க பிறந்த நாள் பத்தி எனக்கு சொன்னீங்களா? உங்க சாராக்கு தானே சொல்லி இருக்கீங்க? சொல்லாத பிறந்த நாள் விழாவுக்கு சரியா வந்து இருக்கேன். என்னை திட்டுறீங்க இல்ல? "

கோபி, தாத்தா, பாட்டி, மித்ரன் என பேசி சிரித்து கொண்டு இருக்க, பெரிய வெடி சத்தமும், சாராவின் அலறல் சத்தமும் வர மித்ரனும் கோபியும் அங்கே செல்ல, குக்கர் வெடித்து இருக்க, அறை முழுக்க புகையாக இருந்தது. பார்த்ததும் மித்ரனின் கண்கள் கலங்கி இருக்க, சாராவை தான் புகைக்கு இடையில் தேடினான். கோபி ஒரு நிமிடம் தயங்க, மித்ரன் உள்ளே சென்று சாராவை அணைத்து இருந்தான். அவளே கைகளில் சூடான சாதம் சிதறியதில் கைகளில் சூடுப்பட்டு பயந்து போய் சுவரில் சாய்ந்து நின்று இருந்தாள். மித்ரனின் அணைப்பில் அவனோடு ஒன்றியவள் இன்னும் நடுங்க,

" ஒன்னும் இல்ல சாரா மா. நான் இருக்கேன் என்னை பாரு, எதும் இல்ல பயப்படாத " மித்ரன் கூறிய எதுவும் அவளின் செவிகளில் சேரவில்லை. அப்படியே அவன் நெஞ்சில் சாய்ந்து நின்று இருந்தாள்.

புகை விலக, கோபியும் பாட்டியின் மகனும் அங்கு வரவும் இருவரும் மித்ரன் அவளை விட்டு விலக, சாரா இன்னும் நடுங்கிக்கொண்டு இருந்தாள். அவளை தோளோடு அணைத்து வந்து சோபாவில் அமரவும், பாட்டி அவளின் கையில் உள்ள காயத்திற்கு மருந்து வைக்க, மித்ரன் அவளிடம் ஒன்றும் இல்லை என்று சமாதானம் சொன்னான். ஆனால் சாராவோ மயங்கி மித்ரன் தோளில் சரிந்து இருந்தாள்.

10

சாரா மயங்கி விழவும் மித்ரன் பதறி இருந்தான். கோபி அவரின் கார் எடுத்து வர ஹாஸ்பிடல் வந்து இருந்தனர். சாராவை பரிசோதனை செய்த மருத்துவர். தீடிர் அதிர்வில் பயந்து, மன அழுத்தம் கொண்டு மயங்கி விட்டாள் எனவும், இந்த ஒரு இரவு இங்கே தங்கி இருந்து போக வேண்டும் என்றும், ட்ரிப்ஸ் போட்டு இருப்பதாகவும், அவள் நன்றாக உறங்க வேண்டும் என்று கூறி சென்றார். உடன் வந்த அமுதாவை துணைக்கு இருக்க சொல்லி மித்ரன் கேட்க, அவரோ தயங்கி பின் மறுப்பை சொல்ல, மித்ரன் அவனே இருப்பதாக கூறி கோபியையும் அமுதாவையும் அனுப்பி வைத்தான்.

சாரா தூங்க வேண்டும் என்பதால் அவளை தனிமையில் ஓய்வாக விட்டு, மித்ரன் வெளியில் தனியாக அமர்ந்து இருந்தான். நெஞ்சம் ஏனோ அமைதியில் இல்லை. சாரா அழுது, பயந்து, ஒதுங்கி நின்றதே கண்ணில் மீண்டும் மீண்டும் வந்து செல்ல சாராவை பார்க்க அறைக்கு சென்றான். அமைதியாய் உறங்கும் அவளை கண்டு விட்டு வெளியே வந்தான். சாராவின் அலைபேசி இருப்பை சொல்லி கத்த, அலைபேசி எடுத்தான். அது சாரா படிக்க அன்று வேண்டிய புத்தகம் பற்றிய நினைவூட்டல்.

அவளின் அலைபேசியை பார்க்க, பொதுவாய் அனைவரும் வைத்து இருக்கும் முகநூல், இன்ஸ்டாகிராம், டிவிட்டர், என எதுவும் இல்லை. வாட்ஸ்அப் மட்டும் இருந்தது. அதிலும் மித்ரன் மட்டும் சொல்லும் இரு நாளாக கூறிய காலை மாலை வணக்கமும் சில உரையாடல்களும் இருந்தன. கேலரி முழுக்க சாரா பொள்ளாச்சியில் சுற்றி திரிந்த இடங்கள் தான் இருந்தது. அதை தவிர எதுவும் இல்லை.

‘ என்ன மாதிரியான பெண் இவள்? இவளுக்கு தாய் வழி, தந்தை வழி சொந்தம் என்று யாரும் இல்லையா? அவர்களில் ஒருவர் கூடவா அலைபேசியில் நலம்

விசாரிக்கும் நிலையில் இல்லை? சொந்தம் இல்லை சரி. நண்பர்கள்? பள்ளி முதல் கல்லூரி வரை பயின்ற ஒரு தோழியும், தோழனும் கூடவா இல்லை? இப்படி தனி மரமாய் மருத்துவமனை வந்து படுத்து இருக்கிறாள். இவளுக்கு ஒன்று என்றால் யாரிடம் சொல்வது? யார் இருக்கிறார்கள் இவளுக்கு? '

மித்ரன் மனதில் தோன்றும் கேள்விகளுக்கு பதில் சாராவிடம் தான் உள்ளது. மித்ரன் இருக்கையில் சாய்ந்து உறங்கி இருந்தான். நர்ஸ் வந்து சாரா படுத்து இருக்கும் அறையில் துணைக்கு வருபவருக்கு கொடுத்து இருக்கும் பெட்டில் உறங்க சொல்ல அறை வந்தவன் அவள் முகம் பார்த்து கொண்டே உறங்கி இருந்தான்.

காலை மித்ரன் கண் விழிக்கும் போது சாரா அவனை பார்த்த மாதிரி படுத்து, மித்ரனை தான் பார்த்துக் கொண்டு இருந்தாள். மித்ரன் சட்டென எழுந்து அமர, சாரா முகத்தில் புன்னகை. மித்ரன் முகம் கழுவி முகத்தை துடைத்து வர,

" மித்ரன் டாக்டர் வந்து என்னை பார்த்துட்டு, மருந்து மாத்திரை எழுதி கொடுத்து வீட்டுக்கு போலாம் சொல்லிட்டார். என் மொபைல் தாங்க, பணம் கட்டிட்டு போகலாம். "

" அவ்ளோ நேரமா தூங்கி இருக்கேன். சாரி சாரா. ரொம்ப நேரமா காத்து இருக்கியா? "

" இதுல என்ன இருக்கு? நான் நல்லா தானே இருக்கேன். தூக்கம் பெரிய வரம் மித்ரன். தூங்குற யாரையும் என்னால எழுப்ப முடியாது. அப்பவாவது அவங்க நிம்மதியா இருக்கட்டும் விட்டுருவேன். "

" சரி, வா வீட்டுக்கு போலாம். "

சாரா அலைபேசி வழியே அவளின் பணத்தை கொடுக்க வர, மித்ரன் அவளை தடுத்து பணத்தை கொடுத்து இருந்தான். மித்ரன் ஆட்டோ பிடிக்க இருவரும் இல்லம் வந்து இருந்தனர். பாட்டி, தாத்தா, கோபி, வசு, பாட்டியின் மருமகள் என அனைவரும் நலம் விசாரிக்க, ஒன்றும் இல்லை என்று சாரா சொல்லவும், மெல்ல பேசி அனைவரும் களைந்து செல்ல, சாரா மடியேறி இல்லம் சென்று இருந்தாள். மித்ரன் வீட்டின் உள்ளே சென்றவன் கஞ்சி செய்ய அரிசியை மிக்ஸியில் உடைத்து, குக்கரில் வைத்து, இஞ்சியும் தேங்காயும் வைத்து துவையல் செய்து, அவளுக்கும் தனக்கும் என காஃபி போட்டு, குளித்து அவை அனைத்தையும்

எடுத்துக்கொண்டு மாடிக்கு சென்றான். சாரா ஹாலில் உள்ள சோஃபாவில் படுத்து இருந்தாள். முகமோ வாடிப்போய் இருந்தது. மித்ரன் அழைக்கவும் எழுந்தவள், மித்ரனை கேள்வியாக பார்க்க, அவனோ அவளை பல் துலக்கி, முகம் கழுவி வர சொன்னான். சாரா மெல்ல நகர்ந்து பல் துலக்கி வர சூடான நீரை காய்ச்சி எடுத்து வந்தான் மித்ரன். கஞ்சியை அவளுக்கு என ஒரு பாத்திரத்தில் விட்டு, துவையல் வைத்து தர, சாரா அமைதியாய் வாங்கி கொண்டாள். அவள் உண்ணவும் அவனுக்கும் ஒரு தட்டில் ஊற்றி அவனும் கஞ்சியை உண்டு இருந்தான். மாத்திரைகளை கொடுத்து அவளை படுக்கை அறைக்கு சென்று உறங்க சொன்னவன், ஹாலில் ஒரு புத்தகம் எடுத்துக்கொண்டு தரையில் படுத்து இருந்தான். சாரா மருந்தின் உதவியில் உறங்கி இருக்க, அமுதா வந்தார். அவரை நாளை வர சொல்லி விட்டு மித்ரன் மீண்டும் வாசிப்பில் கவனம் கொள்ள,

" ஏன் தம்பி இப்படி தனியா ஒரு பொண்ணு இருக்கிற வீட்டில் நீங்க இந்த மாதிரி இருக்கிறது சரியா? இல்ல முறையா? எல்லாரும் என்ன நினைப்பாங்க சொல்லுங்க? "

" நானும் அவளும் பிரெண்ட்ஸ் அக்கா. என் தோழிக்கு உடம்பு முடியல, அவளை தனியா விட்டு நேத்து நீங்க போன மாதிரி போக சொல்றீங்களா? "

" அப்படி இல்ல தம்பி. அது.. "

" யாரோ என்னவோ சொல்லட்டும். என்னை பத்தி சாராக்கு தெரியும். நாங்க தப்பும் செய்யல, எங்களுக்கு மடியில் கணமும் இல்ல. அப்புறம் உங்களுக்கு உறுத்தலா இருந்தா இனிமேல் நீங்க வேலைக்கு வர வேண்டாம். சாராக்கு சமைக்கவும் வர வேண்டாம், எனக்கு பெருக்கவும் வர வேண்டாம். "

" என்ன தம்பி சட்டுன்னு இப்படி சொல்றீங்க? "

" வந்த நீங்க சாரா எப்படி இருக்கான்னு கேட்கல, நேத்து யாரும் இல்ல பொண்ணு தனியா இருக்கான்னு உங்களுக்கு கருணை இல்ல, நமக்கு சம்பளம் தர பொண்ணுன்னு விஸ்வாசம் இல்ல. அம்மு அக்கான்னு உங்களை பாசமா கூப்பிட்டு, கேட்ட அப்போ எல்லாம் உதவி செய்த பொண்ணு மேல பரிவு, பாசம், நன்றி இப்படி எதுவும் இல்ல. நேத்து என்கிட்ட தனியா விட்டு போன அப்போ இருந்த நம்பிக்கை இப்ப உங்களுக்கு இல்ல. ஆக மொத்தம் உங்க வசதிக்கு தான் எல்லாமே இல்லையா? "

"......"

" சம்பள பாக்கியை நாளைக்கு வாங்கிக்கோங்க. இப்போ கிளம்புங்க "

உறங்கி எழுந்து வந்தவளுக்கு மித்ரன் ஃபிளாஷ்கில் இருந்த காஃபியை ஊற்றி கொடுக்க,

" ஏன் மித்ரன் அமுதா அக்கா மேல கோவம்? என்னை பார்த்துக்க சொல்லி அமுதா அக்காகிட்ட சொன்னீங்களா? "

" அப்படி இல்ல சாரா. நேத்து உன் அலறல் கேட்டு எனக்கு உயிரே இல்ல. பயந்து நடுங்கி நின்ன உன்னை பார்த்ததும் என்னை அறியாம கட்டிப்பிடிச்சு.. " மித்ரன் தலை குனிய,

" மேல சொல்லுங்க பா " சாரா கூற,

" நான் உன்னை கட்டி பிடிக்கவும் நீயும் பயத்தில் என்னை இறுக்கி நின்னு இருந்தியா, உன் நடுக்கம் பார்த்து என்னால விலக முடியல. ஆனா, கோபி சார் ஒரு மாதிரி என்னை பார்த்தார். ஹாஸ்பிடலில் உனக்கு துணை தேவை தான் அமுதா அக்காவை கூட வாங்கன்னு கூப்பிட்டேன். வசு மேடமும், பாட்டி வீட்டிலும் யாரும் முன் வரல வேற, அதான் அமுதா அக்கா உன் மேல பாசம் வெச்சு இருப்பாங்கன்னு நினைச்சு கூப்பிட்டேன். அவங்களும் ராத்திரி ஹாஸ்பிடலில் உனக்கு துணைக்கு இருக்க மாட்டேன் சொல்லிட்டாங்க. "

" ராத்திரி எதும் உனக்கு தேவை இருந்து அதை செய்ய என்னால முடியாம போய் இருந்தா எப்படி இருக்கும் சொல்லு? பதட்டத்தில் ஆறுதலா தொட்டதுக்கே இது தப்பு போல பார்க்கிறாங்க. ராத்திரி அம்போ விட்டு போய்ட்டு, இப்போ வந்துட்டு இந்த அமுதா அக்கா என்னை இங்க இருக்க கூடாது, யாரும் பார்த்தா என்ன சொல்வாங்கன்னு கேள்வி கேட்கிறாங்க. இது நேத்து அவங்களுக்கு தோணல பாரேன்? அதான் வேலைக்கு வேண்டாம் சொன்னேன். " மித்ரன் பெரிதாக விளக்கம் சொல்ல,

" இது தானே மித்ரன் இங்க எதார்த்தம்? யாரோ ஒருத்தி நான் அவங்களுக்கு, எனக்காக அவங்க புருஷன்கிட்ட திட்டு வாங்கி, பிள்ளைகளை ராத்திரி நேரம்

தனியா விட்டு வருவாங்களா? அவ்ளோ முக்கியம் எல்லாம் இல்லையே நான் அவங்களுக்கு? அவங்க செய்யுற வேலைக்கு நான் காசு தரேன். அவ்ளோ தான் எங்க டீலிங். இதில் எங்க வந்தது பாசம்? பற்று? அன்பு? அக்கறை எல்லாம்? எனக்கு சமைக்க ஆள் வேணும் அத்தோட அமுதா அக்கா பாவம். ரெண்டு பிள்ளைகளை கரை சேர்க்க புருஷன் கூட அவங்களும் உழைச்சு தான் ஆகனும் மித்ரன். "

" அமுதா அக்காகிட்ட சொன்ன மாதிரி தான் யாருக்கும் நம்ம உறவை புரிய வைக்க வேண்டிய அவசியம் இல்லை. யாரோ எதையோ சொல்லட்டும். உங்களுக்கு என்னை தெரியும். எனக்கு உங்களை தெரியும். உங்க நெஞ்சில் சாயாம போய் இருந்தா பயத்தில் எனக்கு உயிர் போய் இருக்கும். என்னால அந்த பயத்தையும் நடுக்கத்தையும் குறைக்கவோ முடியல.. "

" உரிமை இருந்து இருந்தா என் நெஞ்சிலயே உன்னை தாங்கி இருப்பேன் சாரா. நண்பனா என்னால இவளோ தான் செய்ய முடிஞ்சது. நேத்து மதியம் அக்கா உன்னை கல்யாணம் பண்ணிக்க சொன்ன அப்போ, என்னால முடியாதுன்னு சொல்லிட்டேன். ஆனா நேத்து சாய்ந்தரம் நீ பயந்து நின்னதும், மயங்கி விழுந்ததும் எனக்குள் அப்படி ஒரு தவிப்பு. உரிமையும் இல்லாம, ஒதுங்கவும் முடியாம அது பெரிய வலி சாரா. உன்னோட வாழ எனக்கு உரிமையை தருவியா? இது பாவம் பரிதாபம் பார்த்து வரல, என் மனசு உன்னோட தான் நிம்மதியா இருக்கு. நீ இருந்தா நான் நிம்மதியா இருப்பேன். உன்னோட உனக்காக இருந்தா தான் உயிரோட இருப்பேன் தோணுது. இது காதலான்னு எல்லாம் எனக்கு தெரியல. உனக்காக நான் துடிச்ச நிமிஷம் மொத்தமும் நீ மட்டுமே என்னோட இருந்தா போதும் தான் சொல்லுச்சு."

மித்ரன் சொன்னதை கேட்டு சாரா அசையாது அமர்ந்து இருக்க, மித்ரன் அவன் கொண்டு வந்த உணவு பாத்திரங்களை கழுவி வைத்து விட்டு, சாராவின் வீட்டில் உள்ளதை வைத்து வெஜிடபிள் பிரியாணியும் தொட்டுக்கொள்ள உருளைக்கிழங்கு குருமாவும் செய்தவன் அவன் வீட்டில் இருந்து தயிர் எடுத்து வந்து, வெங்காயம் சேர்த்து பச்சடி செய்து, அவளுக்கு கொஞ்சம் தயிர் சாதம் கலந்து உணவை ஹாலுக்கு கொண்டு வந்து இருந்தான். சாரா யோசனையாக சோபாவில் படுத்து இருக்க, மித்ரன் உண்ண அழைக்கவும் எழுந்து வந்து சமையல் கட்டில் அமர்ந்து இருந்தாள்.

மித்ரன் உணவை அவள் முன் வைத்து, அவனே ஊட்டி விட வரவும் சாராவின்

கண்கள் கலங்க, அவளின் கண்ணை துடைத்து விட்டு ஊட்டி விட,

" நானே சாப்பிட்டுகறேன் மித்ரன் கொடுங்க. "

" உன்னால கையால் சாப்பிட முடியாது சாரா. உன்கிட்ட என் மனசில் உள்ளதை சொல்லாம விட்டு இருந்தா இப்பவும் தண்ணியா, கஞ்சி போல காலையில் கொடுத்த மாதிரி எதாவது தான் குடிக்க சமைச்சு இருப்பேன். அதான் என் மனசை சொல்லிட்டேன் இல்ல? இப்போ நானே ஊட்டி விடலாம் தான் இதெல்லாம் சமைச்சேன் எல்லாமே உனக்கு பிடிக்கும் தானே? வாய் திற சாரா "

சாரா வாய் திறக்க, மித்ரன் உணவை ஊட்டி விட்டான். காதலோ, அன்போ, பரிவோ, பரிதாபமே எதையும் யோசிக்காது இந்த நிமிடத்தை மட்டும் மனதில் நிறுத்தி மித்ரனின் உணவில் வயிற்றையும், அவனின் அன்பில் மனதையும் நிறைத்துக் கொண்டாள்.

11

மித்ரன் சாராவிற்கு ஊட்டி விட்டு அவனும் உண்டு வந்து ஹாலில் அமர, அவளின் காயத்திற்கு மருந்து வைத்து விட்டு, மாத்திரை கொடுத்து, உறங்க சொன்னான்.

" அமுதா அக்கா வந்த அப்போ எப்படி பேச்சை கேட்ட? சரியா தூங்காம தானே? இப்போ தூங்கனும், தூங்கினா தான் வலி குறையும். சமத்தா தூங்கு போ "

" நீங்க என்ன செய்ய போறீங்க? "

" நான் பாத்திரம் தேய்ச்சு வெச்சுட்டு, உனக்கு சாய்ந்தரம் டிஃபன் செய்யுறேன். "

" மித்ரன் வேலைக்கு போகலையா? "

" இந்த வாரம் லீவ். அடுத்த வாரம் உன் முன்னாடி நிக்க கூட முடியாது அவ்ளோ வேலை இருக்கும். ஆனா இப்போ உன்னோட தான் இருக்கனும் எனக்கு, காலையிலேயே கோபி சார்கிட்ட லீவ் சொல்லிட்டேன். "

" இதெல்லாம் நீங்க கார்த்திக்கும் செய்து இருக்கலாம் மித்ரன் "

" செய்தேன் சாரா.. தேவைக்கு லீவ் போட்டு, தினம் ராத்திரி ஊட்டி விட்டு, அவளுக்கு உடம்பு முடியாத அப்போ எல்லாம் தெரியாத சமையலை அவளுக்காக முயற்சி செய்து இப்படி நிறைய செய்தேன். அவளுக்கு சின்ன தலை வலி வந்தா-லும் நான் அவ கூடவே தான் இருந்தேன் சாரா. அவ என்னை தேவை இல்லாத ஆடம்பர விஷயத்துக்கு லீவ் போட சொன்னா, நான் அத்தியாவசிய தேவைக்கு

மட்டும் லீவ் போட்டேன். எனக்கு அவ மேல இருந்த அன்பும் காதலும் அவளுக்கு புரியாம போனது தான் என் சாபம். ஏன் சாரா இப்போ இந்த கேள்வி? உன்னை-யும் இப்படி காயப்படுத்துவேன் யோசிக்கறியா? இல்ல அவ சொன்ன மாதிரி நான் அதுக்கு.. " சாரா அவன் வாயை ஒற்றை விரல் கொண்டு மூடி இருந்தாள்.

" என்ன பேசறீங்க மித்ரன்? நான் எதார்த்தமா தான் கேட்டேன். எதேதோ பேச-றீங்க? அன்புக்கு தேவை புரிதல் தானே தவிர, மத்த எதும் இல்ல. எதையும் தேவை இல்லாம இப்போ யோசிக்க வேண்டாம்."

" சரி போ தூங்கு. நான் என் வேலையை பார்க்கிறேன். " மித்ரன் பத்திரம் கழுவி வைக்க சென்றதும் சாரா அவள் அறைக்குள் நுழைந்து இருந்தாள். அதன் பின் சாராவை கருத்தாக பார்த்து கொண்டான். அவளின் காயம் நன்றாகி, தழும்-பும் மறைய தொடங்கியது. இன்னொரு பக்கம் மித்ரன் நேசம் வளர்த்தி நெஞ்சம் நெருங்க, சாரா எல்லையில் நின்றே பழக முயன்று கொண்டு இருந்தாள். ஆனா-லும் மித்ரனின் அன்பு அவளை அசைக்க ஆரம்பித்திருந்தது. மெல்ல அவன் புறம் அவளின் நெஞ்சம் சாயும் நேரத்தில் தான் இருவரின் இடையில் பிரிவு வந்-தது.

கிஷோர் வீட்டிற்கு அழைத்து இருந்தான். மகனுக்கு பெயர் வைக்க போகிறோம் என விழாவுக்கு அழைப்பு வந்தது. மூன்று மாதமாக மித்ரன் அலைபேசியில் பேசிக்கொண்டு இருந்தவன். இன்று சாரா அலைபேசிக்கு அழைக்கவும் அவளுக்கோ மகிழ்வை சொல்ல வார்த்தைகள் இல்லை. மித்ரன் வேலையில் சிக்கிக்கொள்ள, தனியே அவளின் ஊர் நோக்கி நெஞ்சம் எல்லாம் இன்பமாக கிளம்பி இருந்தாள். சாராவை பிரிய மித்ரன் நெஞ்சம் வலித்தாலும் அவளின் குடும்பத்தோடு அவள் இணைவது முக்கியம் என்பதாலும், எங்கு சென்றாலும் தன்னிடம் வந்து விடுவாள் என்ற நம்பிக்கையிலும் மித்ரன் அவளை வழியனுப்பி வைத்தான்.

சாரா இல்லம் சென்று முதல் மூன்று நாட்கள் எல்லாம் இயல்பாக தான் இருந்தது. விருந்தும் மருந்தும் மூன்று நாள் என்பது தானே பழமொழி? மூன்று நாள் இதமாய் சென்ற வீட்டில் நாலாம் நாள் தொடங்கியது முணுமுணுப்பு, மெல்ல குத்தல் பேச்-சாக மாறி புலம்பலானது. அந்த நாள் முதல் சாராவின் அலைபேசியில் உயிர் இல்லை. மித்ரன் முயன்று பார்த்து இணைப்பு கிடைக்காது தவித்து போக, சாரா அங்கே கண்ணீரில் கரைய தொடங்கி இருந்தாள். ஒரே ஒரு குறுஞ்செய்தி மட்டும் மித்ரனுக்கு வந்தது.

" எனக்கு நீங்க வேணும் மித்ரன். சீக்கிரமே வந்துடுவேன். கொஞ்சம் பெரிய வேலை. முடிஞ்சதும் நிரந்தரமா உங்ககிட்ட வந்துடுவேன். பத்திரமா இருங்க. "

அவளின் இந்த செய்தி கண்டு மகிழ்வதா அல்லது எத்தனை நாள் பிரிவு என எண்ணி தவிப்பதா? அவளுக்கு எதும் பிரச்சனையோ? சட்டென அவள் வீட்டின் முன் போய் நின்றால் அதுவும் அவளுக்கு சங்கடமாக இருக்கும். யார் என்ன பேசுவார்களோ? ஒரு வாரம் காத்திருப்போம். அதற்கு மேல் அவளை தனித்து விட கூடாது என பல நூறு சிந்தனையில் மித்ரன் உறங்கி இருந்தான். காலையில் காலிங் பெல் அடிக்கவும் மித்ரன் எழுந்து வந்து கதவை திறக்க கார்த்திகா நின்று இருந்தாள். மித்ரன் கேள்வியாக அவளை காண,

" என்னை மன்னிச்சிடுங்க. போக இடம் இல்ல. அதான் இங்க வந்தேன். உள்ள விடு மாமா. பசிக்குது கொஞ்சம் தண்ணி குடு. "

மித்ரன் அவளை உள்ளே அழைக்க, வந்தவள் ஹாலில் அமர்ந்து கொண்டாள். குடிக்க நீர் கொடுத்தவன், பாலும் வீட்டில் இருந்த வாழைப்பழம் எடுத்து வந்து தர, கழிவறை எங்கே என கேட்டு முகம் கழுவி வந்து பேசாது அனைத்தும் உண்டவள் மித்ரன் முகம் பார்த்து அழுதாள்.

" நான் உங்களுக்கு பண்ண துரோகம் இப்போ எனக்கே திரும்பி வந்துருச்சு மாமா. அந்த அருள் வேற ஒருத்தி கூட வாழ ஆரம்பிச்சுட்டான். ஏன் கேட்டதுக்கு, நீ உன் புருஷன்கிட்ட இல்லாததை தேடி என்கிட்ட வந்த, நான் இப்போ உன்கிட்ட இல்லாததை தேடி இன்னொரு பக்கம் போறேன் சொல்லிட்டு போய்ட்டான். அப்பாவும் அம்மாவும் என்னை வீட்டுக்கு உள்ள விட மாட்டோம் சொல்லிட்டாங்க. அத்தை என் மேல ரொம்ப கோவமா இருக்காங்க. மாமா தான் உங்களை தேடி போக சொன்னார். அவருக்கு என் மேல பாசம் கொஞ்சம் ஒட்டி இருக்கும் போல, எனக்கும் உங்களை தேடி தான் வரணும் தோணுச்சு மாமா. என்னை மன்னிச்சு ஏத்துக்கோ மாமா. உன்னை தவிர வேற பிடிப்பு எனக்கு இல்ல. நான் செஞ்ச தப்புக்கு என்னை ஒதுக்கி வை. என்னோட வாழ கூட வேண்டாம். ஓரமா ஒதுங்க மட்டும் இடம் கொடு மாமா பிளீஸ். "

மித்ரன் தலையில் கை வைத்து சில நிமிடம் அமர்ந்தவன், அவனின் தந்தையை அழைத்தான். எடுத்ததும் மித்ரன் கேட்ட கேள்வியில் அவர் மௌனமாகி இருந்தார்.

" எதுக்குப்பா இவளை இங்க அனுப்பி இருக்கீங்க? என் கொஞ்ச நஞ்ச நிம்மதியும் இல்லாம போகவா? "

" மித்ரா.. "

" எதும் சொல்லாதீங்க. எனக்கும் இவளுக்கும் எல்லாம் முடிஞ்சுது. நான் சாராவை நேசிக்கிறேன். அவ தான் என் வாழ்க்கை துணை இனிமேல், சாராக்கும் முழு சம்மதம்."

" என்ன பேசற மித்ரா? கார்த்தி நம்ம வீட்டுப்பொண்ணு பா, அவ செஞ்சது எல்லாமே தப்பு தான். ஆனா அதை நீ மனசு வெச்சா மன்னிக்க முடியும். அந்த பொண்ணு எங்க டா போவா? யாரும் இல்லாம தனி மரமா நிக்கிறா டா. அவ உன் பொண்டாட்டி தானே? "

" வேண்டாம் பா.. என்னை எதும் பேச வைக்காதீங்க. அவ செஞ்ச தப்பை மன்னிக்கிறது இருக்கட்டும். இன்னொருத்தன் கூட வாழ்ந்த இவளோட நான் எப்படி வாழ முடியும்? "

" அப்போ சாரா சுத்தமா மித்ரா? இன்னொருத்தன் கூட வாழ்ந்தவ தானே? "

" அப்பா... புருஷன் நான் இருக்கும் போதே, இன்னொருத்தன் கூட படுத்த உங்க தங்கச்சி பொண்ணும், புருஷன் செத்தும் இன்னிக்கி வரை எந்த ஆம்பளை நிழலையும் தொடாத சாராவும் உங்களுக்கு ஒன்னா? சாரா இவளை மாதிரி ஒழுக்கம் கெட்டவ இல்ல. இனியும் என் சாராவை ஒரு வார்த்தை தப்பா பேசினா, உங்களுக்கும் எனக்கும் இனி பேச்சு வார்த்தையே இருக்காது. "

" சரி டா.. அவளை ஒரு வாரம் மட்டும் அங்க தங்க வை. நான் அதுக்குள்ள அவளுக்கு ஒரு பாதுகாப்பான இடம் தேடி வைக்கிறேன். அதுவரைக்கும் இந்த அப்பனுக்காக உதவி பண்ணு பா "

" ஒரு வாரம் தான் அதுக்கு மேல ஒரு நிமிஷம் கூட இவ இங்க இருக்க கூடாது. வைக்கிறேன். " மித்ரன் கோவமாக இரைந்து விட்டு அலைபேசியை வைக்க, கார்த்திகா அழுதுகொண்டு இருந்தாள்.

" இங்க பாரு இந்த டிராமா எல்லாம் என்கிட்ட போடாதா? என்னை கையாளாகதவன் சொன்ன வாய் தானே இது? இப்போ ஒதுங்க இடம் இல்லன்னு என்கிட்ட நடிச்சுட்டு இருக்கியா? உன்னை பார்த்தாலே வெறுப்பா இருக்கு. உன்னால தான் என்னை நானே வெறுத்துட்டு இருந்தேன். சாரா வந்த அப்புறம் தான் என் வாழ்க்கையில் வெளிச்சம் வந்தது. அதை கெடுக்க தானே இப்போ நீ வந்து இருக்க? "

" இல்ல மாமா, எனக்கு அப்போ உன் பாசமும் காதலும் புரியல. என்னை பூவா தாங்கின உன் மனசும் புரியல. இப்போ எல்லாம் புரியுது. ஆனா காலம் கடந்து போய்டுச்சு. எனக்கு யாரும் இல்ல மாமா. அப்போ திமிர் எடுத்து நான் செய்த எல்லாத்துக்கும் உன்கிட்ட இப்போ மன்னிப்பு கேக்குறேன் மாமா. என்னை வெளிய அனுப்பிடாத, எனக்கு யாரும் இல்ல. அனாதையா அன்புக்கு ஏங்கி நிக்கிறேன். தெரியாம, புரியாம செய்த தப்பு மாமா பிளீஸ் மாமா... "

" என்னை தயவு செஞ்சு விட்டுரு. என்னால உன்னோட வாழ முடியாது. அப்புறம் இங்கேயே இருக்கலாம் நினைக்காத. உன் நினைப்பு எதுவும் நடக்க போறது இல்ல. அதோ அங்க தெரியுது பாரு அந்த ரூம்ல ஒரு வாரம் இருந்துக்க, சாப்பாடு செஞ்சு சாப்பிட்டுக்கோ, பொழுதுபோக புக் இருக்கு படி. அவ்ளோ தான்."

மித்ரன் எரிச்சலாக சொல்லிவிட்டு அடுத்த இருந்த அவனது அறைக்குள் நுழைந்து இருந்தான். கார்த்திகா அறைக்குள் சென்றவள் குளித்து உடை மாற்றி, சமையல் அறை வந்து இருப்பதை பார்த்து சமைத்து இருந்தாள். மித்ரன் குளித்து வந்து வேலைக்கு கிளம்ப, கார்த்திகா உணவு தட்டை அவன் முன் வைக்க, மித்ரன் முறைத்து விட்டு வேலைக்கு கிளம்பி இருந்தான். மூன்று நாளும் இதே முறைப்பாக கடந்து இருக்க, மூன்றாம் நாள் இரவு வீட்டுக்கு வந்திருந்தாள் சாரா. என்ன தான் கடந்த நாட்கள் கவலையை கொடுத்து இருந்தாலும், இனி மித்ரன் உடன் தன்னுடைய வாழ்க்கை வசந்தம் தான் என எண்ணம் தோன்ற, முறுவல் வந்தது ஆசையோடு வீட்டின் கதவை பார்த்து விட்டு மாடிக்கு சென்று இருந்தாள். மித்ரனுக்கு தொந்தரவு இன்றி, வீட்டு கதவை திறந்து அவளை சுத்தம் செய்து கொண்டு படுக்கையில் படுத்து இருந்தாள். அலைபேசியில் சம்மதம் சொன்னதும், நாளை நேரில் அவனை காண வேண்டும் என்ற எண்ணம் வர நாணமும் வந்தது. பதின் பருவ பெண் போல உள்ளம் துள்ளியது. எப்போது விடியும் அவன் முகம் காண்போம் என்ற ஏக்கத்தோடு இரவை கழித்து இருந்தாள்.

காலை எழுந்தவள் வாசல் கூட்டி கோலம் போட்டு முடித்தும் மித்ரன் எழவில்லை. சாரா ஏன் என்ற யோசனையோடு மாடிக்கும் ஏற, பின் வாசல் கதவு திறக்கும்

சத்தம் கேட்டது. சாரா வேகமாக மாடியேறி பால்கனி வழியாக கீழே பார்க்க, மித்ரன் சூடான நீரை பக்கெட்டில் விட்டான். அடுத்த சில நொடிகளில் கார்த்திகா வர, சாராவின் கண்கள் கண்ணீரை சிந்தி இருந்தது. சாரா மனதில் ஆயிரம் கேள்விகள். ஏன்? எப்படி என? மேல் இருந்து விழும் நிழல் பார்த்து மித்ரன் நிமிர, சாரா அவனை கவனிக்காது துக்கத்தில் அவளின் கண் துடைத்து அந்த இடத்தை விட்டு நகர்ந்து இருந்தாள்.

12

மித்ரன் சாரா இல்லம் வரவும், சாரா சமையல் அறை உள்ளே செல்ல, மித்ரன் அவள் பின்னே வந்து நின்றான்.

" எப்போ வந்த சாரா? ஏன் ஒரு வாரமா எதும் பேசல? எதும் பிரச்சனையா? "

" ராத்திரி வந்தேன் மித்ரன். நிறைய வேலை அதான் பேச முடியல. பிரச்சனை தான் ஆனா தீர்வும் கிடைச்சு அதையும் செய்துட்டேன். "

" என் முகம் பாரு சாரா, திரும்பி பார்க்காம என்ன பேச்சு? என் மேல எதும் கோவமா? "

" காஃபி போட்டு இருக்கேன். எப்படி திரும்ப முடியும் சொல்லுங்க? "

" அப்புறம் போடு. இப்போ என்னை பாரு " மித்ரன் அவளின் தோள் பிடித்து திருப்ப, திரும்பியவள் அவன் நெஞ்சில் சாய்ந்து கொண்டாள். மித்ரன் மனம் இலகி மென்மையாக, அவளை தன்னோடு இதமாய் சேர்த்துக்கொண்டான்.

" என்னாச்சு சாரா? கிஷோர் என்ன சொன்னான்? "

" சொத்தை எழுதி தர சொன்னான். அவனுக்கு தொழில் தொடங்க சொத்து வேணுமாம். எனக்கு தான் குடும்பம் பெருசு. நீ தனியா தானே இருக்க சொல்லி பேசினான். அவன் பொண்டாட்டி போன ரெண்டு நாள் தாங்கினா, மூணாம் நாள் பெயர் வெச்சதும் ஆரம்பிச்சா முனங்க, அப்புறம் குத்தல் பேச்சு, சண்டை இப்-படி அவ பங்குக்கு அவளும் வளர்த்தி விட்டா, அதான் என் பங்கை வாங்கிட்டு

எழுதி கொடுத்துட்டு வந்துட்டேன். "

" எனக்கு என் சம்பாத்தியத்தில் சேர்த்த சேமிப்பு இருக்கு, அதோட எனக்கு சேர வேண்டிய பங்கையும் வாங்கிட்டேன். இவனுக்கு தான் குடும்பம் இருக்காம். என்னால எங்கேயும் வாழ முடியாது அவன் பொண்டாட்டி பேசவும் ரொம்ப கோவம் எனக்கு உங்களை காதலிக்கிறேன். கல்யாணம் பண்ணிக்க போறேன் சொல்லிட்டேன். கோவத்தில் மனசில் உள்ளதை எல்லாம் சொல்லிட்டோம் புரிஞ்சுது. கழுதை அதுகளுக்கே சொன்ன அப்பறம் உங்களுக்கு சொல்ல என்ன தயக்கம் எனக்கு அதான் உங்களுக்கு மெசேஜ் மூலம் சொன்னேன்."

" சீக்கிரமே கல்யாணம் பண்ணிப்போம் சாரா. எனக்கும் நீ இல்லாம நாளே ஓடல, எங்க உன்னை தேடி வந்தா யாரும் எதும் நினைப்பங்களோ தான் என்னை கட்டுப்படுத்திட்டு இங்க இருந்தேன். உன்னோட சம்மதமும் நீ சொல்லாத அப்போ எந்த உரிமையில் வருவேன் சொல்லு? இனி என் சாரா என்னோட தான். "

" சரி உங்க முன்னாள் பொண்டாட்டி இங்க என்ன பண்றா? அருள் தூக்கி போட்டானா? "

" ஆமா.. " மித்ரன் நடந்த விஷயத்தை ஒன்று விடாது சொல்ல, சாரா கவனமாக கேட்டுக்கொண்டாள்.

" அப்புறம் எதுக்கு சுடு தண்ணி சேவை செய்தீங்க? "

" அவளுக்கு பீரியட்ஸ் சாரா, முதல் நாள் அவளால் வலி தாங்க முடியாது. அதான் உதவினேன். "

" சேவை எல்லாம் இதோட நிறுத்தினா சரி. இதுக்கு மேல சேவை செய்ய விரும்பினா உங்க வருங்கால பொண்டாட்டிக்கு செய்யுங்க." சாராவின் வார்த்தை கேட்டு மித்ரன் பிடி இறுக, அணைப்பும் இறுகியது. வெக்கம் லேசாய் எட்டிப் பார்க்கவும் சாரா விலக, மித்ரன் அவள் முகம் ஏந்தி முதல் முத்திரையை நெற்றியில் பதித்து இருந்தான். அன்னைக்கு பிறகு மித்ரன் கொடுத்து அவள் வாங்கும் நெற்றி முத்தம். கண்கள் லேசாய் கலங்க, மித்ரன் அவளை நெஞ்சோடு சேர்த்து தலை வருடி விட்டான். இருவரும் அமைதியாய் அந்த நொடியில் கரைய, கார்த்திகா மாமா என்று கத்தி அழைக்க, இருவரும் வாசலை நோக்க, சோர்ந்து போன தோற்றத்திலும் கண்ணில் நீருடனும் நின்று இருந்தாள் கார்த்திகா.

" எதுக்கு இப்போ கத்துற? யார் உன்னை இங்க வர சொன்னா? என்ன வேணும் உனக்கு? இனி ஒரு முறை மாமா கூப்பிட்ட அவ்ளோ தான். " மித்ரன் கோவத்தில் இரைய,

" இங்க பாரு சாரா அவர் என் புருஷன். அடுத்தவ புருஷன் மேல உனக்கு இந்த ஆசை கூடாது."

" வாய் மூடிட்டு போய்டு" மித்ரன் கத்த,

" இருங்க பா, என்ன சொல்றாங்கன்னு முழுசா கேட்போம். நீ சொல்லு கார்த்தி. "

" ஏதோ தலை விதி அறிவு கெட்டு போய் நான் நடந்துட்டேன். கொஞ்ச நாள் நாங்க பிரிஞ்சி இருந்தோம். இனி என் மாமாவை விட்டு தர முடியாது சாரா. என் மாமாக்கு என் மேல கோவம் தான், ஆனா அதெல்லாம் போய்டும். எனக்கு வீட்டில் ஆதரவு தந்தவரு, ஒரு நாள் அன்பையும் தருவாரு சாரா. நாள் ஆகும் தான். இந்த முறை நான் காத்து இருக்க போறேன் அவருக்காக, நீ விலகி போய்டு"

சாரா அவள் பேசியதை கேட்டு சிரித்து,

" உங்க புருஷன் பொண்டாட்டி விஷயம் எல்லாம் கீழ உங்க வீட்டில் பேசி தீர்த்துக்கோ. என்கிட்ட எதுக்கு சொல்ற? உன் புருஷனை நீ தான் அடக்கி வைக்கணும். என்னை தேடி வந்தா விட மாட்டேன். இன்னும் ஒரு முறை என்னை தேடி அவர் வந்தாலும் உனக்கு வாய்ப்பு கிடைக்காது. உன் புருஷனை முடிஞ்சா அடக்கு இல்லையா விட்டுரு. " சாரா சொல்லிவிட்டு மித்ரன் குடிக்க காபி கலக்க போய் இருந்தாள். மித்ரன் கார்த்தியை முறைக்க, கார்த்தி கண்ணில் நீரோடு அவனை பார்க்க, மித்ரன் அமைதியாக கீழே சென்று இருந்தான். சாரா காஃபி கொண்டு வந்து கார்த்தி கையில் கொடுத்து,

" போ உன் புருஷன் அடுத்த முறை மாடியேற முடியாதா மாதிரி எதையும் செய்து, உன் புருஷனை உன்னோட வெச்சுக்க. இல்ல நான் பொறுப்பே இல்ல. ஏன்னா மித்ரன் உன்னை போல இல்லாததை தேடி என்கிட்ட வரல. அவருக்குள்ள நிறைய இருந்ததால் தான் என்னை தேடி வந்தார். அவருக்குள்ள இருக்-

கிறது என்ன தெரியுமா? வலி. நீ கொடுத்த வலி. போ புத்திசாலியா எதையும் செய்து வலிக்கு நிவாரணம் கொடு."

சாரா கொடுத்த காஃபியை கார்த்தி கீழே வைக்க,

" அது என் மித்துகுட்டிக்கு, உனக்கு இல்ல. கொடுத்துறு " சாரா சொல்லவும், கார்த்தி முறைத்து விட்டு அதை குடித்து இருந்தாள். சாரா வாய்க்குள் சிரிப்பை அடக்கிகொண்டு, அவளின் காஃபியை குடித்து இருந்தாள். மித்ரன் வேலைக்கு கிளம்பி சென்று இருக்க, கார்த்தி கீழே எதை எதையோ யோசித்து கொண்டு படுத்து இருந்தாள்.

மாலை மித்ரன் வரும் போதே உணவு வாங்கி வந்து இருந்தான். காலையும், மதியமும் உண்ணாத அவள் கையில் உணவை கொடுக்க, பசியில் அவசரமாக பிரித்து பார்த்தவளுக்கு கண்ணீர் முட்டி கொண்டு வந்தது. அவளுக்கு பிடித்த உணவை வாங்கி வந்து இருந்தான். அவள் அழ, எதையும் கருத்தில் நிறுத்தாது குளித்து உடை மாற்றி, மித்ரன் வெளியே செல்ல, கார்த்தி அவனை பின் தொடர,

" சாரா வீட்டுக்கு தான் போறேன். ராத்திரி வர மாட்டேன். பூட்டிக்கோ "

" மாமா.. பிளீஸ் மாமா.. என்னை மன்னிச்சுடு மாமா பிளீஸ். நான் பண்ண பாவம் பெருசு தான். புத்தி கொட்டு போய் செய்த தப்பு, அவனோட வாழ்ந்த அப்போ தான் நான் இழந்தது எல்லாம் தெரிஞ்சுது. வாழ்க்கை இப்படியே போய்டும் நினைச்ச அப்போ தான் அருள் வீட்டை போ சொன்னான். போக இடமே இல்லாத நான் எங்க போவேன். எதை வேண்டாம் விட்டு வந்தேனோ, அங்க தான் என் நிம்மதி இருக்குன்னு தெரிஞ்சு உன்கிட்ட வந்து இருக்கேன் மாமா. என்னை வெறுத்து ஒதுக்காத மாமா."

" சரி உன்கிட்ட சில கேள்வி கேட்கிறேன் அதுக்கு ஒரு பதில் சொல்லு"

" கேளுங்க மாமா சொல்றேன். "

" எல்லாம் மறந்து நீயும் நானும் நாளைக்கு ஒன்னா வாழ போறோம்ன்னு வெச்சுப்போம். புருஷன் பொண்டாட்டிக்கு நடுவில் நடக்க வேண்டிய தாம்பத்தியம் உனக்கும் எனக்கும் இயல்பா நடக்குமா? "

"......." கார்த்தி அழ,

" என் கண் முன்னாடி இன்னொருத்தன் கூட உடம்பில் துணி இல்லாம, கண்ணை மூடி சுகமா படுத்து இருந்தது தான்டி உன்னை பார்த்தாலே என் கண் முன்னாடி வருது. கையாளகாதவன் சொன்னது தான்டி காதில் கேட்குது. உன்னோட எப்படி நான் இயல்பா இருப்பேன்? ஆம்பள இல்லன்னு சொல்லிட்டு போய்ட்டு இப்போ புருஷனா இருன்னு கேட்கிற? "

" நீ வான்னா வரவும், போன்னா போகவும் நான் உனக்கு நாயா? எனக்கு உணர்வுகள் இல்ல? உன்னோட ஒரு நிமிஷம் வாழ்ந்தாலும் அது என் ஆண்மைக்கும் தன்மானத்துக்கும் அசிங்கம். கையில் சந்தனம் இருக்கும் போது சாணியை பூச எனக்கு ஒன்னும் உன்னை போல அறிவு இல்லாம இல்ல. இன்னும் ரெண்டு நாளில் வெளிய போகல, என் பெட்டியும் பொருளும் மேல போய்டும். சாரா வீட்டில் அத்துமீறி இருக்கேன் நானே உன் மேல கேஸ் போட சொல்வேன். ஜாக்கிரதை "

மித்ரன் மாடிக்கு வர, சாரா புத்தகத்தில் மூழ்கி இருக்க,

" சாரா என்ன சமையல்? பசிக்குது "

" ஹலோ உங்க வீட்டுல, உங்க பொண்டாட்டிகிட்ட கேக்க வேண்டிய கேள்வியை என்கிட்ட கேட்டா என்ன அர்த்தம்? "

அவளின் கேள்வியில் மித்ரன் அவளை முறைத்துவிட்டு தொம் என்று சோஃபாவில் அமர, சாரா மீண்டும் வாசிக்க முகம் திருப்ப,

" நீயும் என்னை கொல்லாத சாரா. பசிக்குது மா "

" நான் சமைக்கல பா.. கடையில் உங்களுக்கு நான் பட்டர் சிக்கன் வாங்கி இருக்கேன். வாங்க சாப்பிடலாம். "

சாரா எடுத்து வைக்க எதுவும் பேசாது உண்டு இருந்தான். உண்டு முடித்து விட்டு மித்ரன் சாராவை பார்க்க,

" என்ன பார்வை இது? போய் தூங்குங்க "

" நீ சாப்பிடல? நான் மட்டும்.. பசியில் மறந்து போய்ட்டேன். அவளோட கத்தின டென்ஷன் வேற.. சாரி மா "

" எனக்கு ரொட்டி போதும். உங்க ஃபீலிங் விடுங்க "

" இங்கையே தூங்கட்டுமா சாரா? "

" ஒரு வயசு பொண்ணை தனியா விட்டு இங்க தூங்கட்டுமான்னு கேக்கறீங்க? போங்க பா.. "

" என்னை பத்தி கொஞ்சம் யோசி சாரா. எப்போ அவ போவான்னு இருக்கு எனக்கு "

" போக வைப்போமா? "

" எப்படி?! "

" அவளுக்கு தேவை பாதுகாப்பான இடமும், ஒரு நல்ல வேலையும் தான். அருள் மோசமானவன் தெரிஞ்சும் அங்க இருக்க காரணம் பாதுகாப்பும் சோறும் தான். அதே தான் இங்கேயும், உங்களை உணர்ந்து இருந்தா எப்பவோ வந்து இருப்பா, அவ உணர்ந்தது பயம் தான். அடுத்த வேளை தான் அவளோட பயம். ஒரு நல்ல வேலையும் பாதுகாப்பான இடமும் தான் தேவை. அதை ஏற்பாடு பண்ணுங்க. கிளம்பிடுவா "

" இது எனக்கு தோணல பாரு, அவளுக்கு தேவை நீ சொன்னது தான். வந்த அன்னிக்கு அவ கேட்டதும் இதை தான். என்னோட வாழ கூட வேண்டாம் ஒதுங்க இடம் கொடுங்கன்னு சொன்னா, நீ சொன்னதை ஏற்பாடு செய்யுறேன் சாரா. "

" அவளை சும்மா திட்டாதீங்க மித்ரன். அவளோட நிலையில் நின்னு பாருங்க, யாரும் இல்லாம பயந்து போய் இருக்கா, அதான் உங்களை ஆதரவுக்கு தேடுறா, அவ நிலையில் அவ இப்போ பாவம் தான். அறிவு இல்லாம எதையோ தேடி போய் இந்த நிலைமைக்கு வந்துட்டா, நல்லா இருந்து இருந்தா உங்க காதலுக்கு சொந்தமா, உங்க பொண்டாட்டியா இருந்து இருப்பா, எதோ புத்தி கெட்டு போய்

இப்போ தான் அறிவு வந்து இருக்கு. இனியாவது நல்லா வாழட்டும் யோசிங்க பா
"

" உன்னால தான் சாரா இப்படி யோசிக்க முடியும். "

13

" ஆமா என்னால யோசிக்க முடியும். ஏன்னா நான் ஒரு கம்பனியில் அட்மினா இருந்து இருக்கேன். 150 பேரை சமாளிக்க தெரிஞ்ச எனக்கு, இதெல்லாம் விஷ-யமே இல்ல. "

" ஓ.. நீங்க வேற லெவல் மேடம். உங்க திறமை எங்களுக்கு இல்ல. எல்லாம் தெரிஞ்ச நீங்க ஏன் சாப்பாட்டை சேர்த்து ஆர்டர் பண்ணல? "

" உங்க பொண்டாட்டி உங்களுக்கு சமைப்பாங்கன்னு நினைச்சேன். நீங்க இங்க வருவீங்கன்னு எனக்கு எப்படி தெரியும்? என் நான், சிக்கன் மசாலாவை முழுங்-கிட்டு கேள்வியா கேட்கறீங்களா? "

" சரி வீட்டில் மாவு இருக்கா? தோசை சுட்டு தரவா? "

" தோசைக்கு தொட்டுக்க ஒன்னும் இல்ல."

" பட்டர் சிக்கன் இருக்கு சாரா "

" அது இனிக்கும் பா தோசைக்கு "

" ப்ரெட் எங்க? "

" ஃப்ரிட்ஜ் உள்ள இருக்கு "

" இரு பிரெட் ஆம்லெட் போட்டு தரேன். "

" இப்படி ஒரு புருஷனை போய் நழுவ விட்டாளே இந்த கார்த்தி "

" ரொம்ப கிண்டல் பண்ணாத சாரா. என்னை அவளோட சேர்த்து கிண்டல் பண்றது வலிக்குது மா "

" சரி சரி வாபஸ். ப்ரெட் கொடுங்க வயிறு சத்தம் போடுது. "

" இன்னிக்கி அக்காவும் மாமாவும் பேசினாங்க. அக்காக்கு சந்தோசம் தாங்கல. விஷ்ணு மாமா எனக்கு விடிவு காலம் வந்துருச்சு சொன்னார். இந்த நேரத்தில் கல்யாணம் பண்றேன் சொல்லிடியே டா. நான் எப்படி வேலை செய்வேன் அக்காக்கு ஒரு பக்கம் கவலை வேற.. அம்மாகிட்ட சொன்னேன். உன்னை பார்க்க நாளைக்கு வரேன் சொன்னாங்க. அம்மாவை இம்ப்ரெஸ் பண்ணு டி செல்லக்குட்டி "

" உங்க அப்பா இருக்கும் போது என்னை இம்ப்ரெஸ் பண்ண சொல்றீங்களே மித்ரன். என் மாமனார் பாவம் இல்லையா? "

" இன்னிக்கி நக்கலும், கிண்டலும் ரொம்ப ஓவரா இருக்கே? "

" உங்களோட தான் நான் நானா இருப்பேன் மித்ரன். சரி நீங்க கீழ போங்க நான் தூங்குறேன். "

" என்னை துரத்திட்டே இருப்பியா சாரா? உன்னோட கொஞ்ச நேரம் இருக்க கூடாதா? "

" கார்த்தி உங்களை என்ன நினைப்பா மித்ரன்? நம்ம காதல் எல்லாம் அவ இருக்கும் போது வேண்டாம். உங்களை விட்டு நான் எங்க போக போறேன் சொல்லுங்க? நீங்க தான் வேணும் மனசு கேட்க ஆரம்பிச்ச பிறகு உங்களை விட்டு விலகி இருக்க எனக்கும் விருப்பம் இல்ல. ஆனா சூழ்நிலை வேற மாதிரி இருக்கே? "

" எல்லாம் சரி தான். என்னை யோசியேன் சாரா. எனக்கு அவ முகம் பார்க்க சங்கடமா இருக்கு மா. "

" சரி அப்போ நீங்க இங்க என் ரூமில் தூங்குங்க. நான் கீழ போய் அவ கூட தூங்குறேன். பாவம் அவ தனியா இருப்பா "

" யாரும் அவளை தூக்கிட்டு ஓடிட மாட்டாங்க. நீ மாடியில் தனியா இருக்கும் போது நடக்காத ஒன்னா, அவளுக்கு நடந்துட போகுது. "

" மித்ரன் எனக்கு இந்த உயிர் போய்டும் பயம் இல்ல, யார் என்ன விமர்சனம் சொன்னாலும் கவலையில்ல, துணைக்கு ஒருத்தர் வேணும்னு உங்களை பார்க்கிற வரை எண்ணம் இருந்தது இல்ல. கற்பு அது மேல நம்பிக்கை இல்ல. வாழ்ற வரை எனக்காக வாழனும் மட்டும் தான் எண்ணம் இருந்தது. அதனால் தனிமையும் என்னை தொந்தரவு செய்தது இல்ல. ஆனா கீழ இருக்கிற கார்த்திகா ஒன்னும் சாரா இல்ல. அவளுக்கு எல்லாத்துக்கும் பயம். "

" சரி போ கீழ போய் அவளோட தூங்கு, நான் உன் ரூமில் தூங்க போறேன். பத்திரமா இருங்க ரெண்டு பேரும். "

" சரி போய் தூங்குங்க பா. குட் நைட்"

மித்ரன் அவள் அறை செல்ல, சாரா அவனின் அறைக்குள் சென்று இருந்தாள். கார்த்தி பார்த்தும் எதையும் பேசவில்லை. மித்ரன் அறையில் கட்டில் இருந்தது மெத்தை இல்லை. சாரா அவன் தலையணை போர்வை இரண்டும் எடுத்து கீழே பாய் போட்டு அதில் படுத்து இருந்தாள். சொல்ல தெரியாத உணர்வில் நெஞ்சம் துடித்தது. நாணமா? அல்லது தயக்கமா? அவனை தழுவும் போர்வை இன்று அவளை தழுவி இருக்க, மித்ரன் கண் முன் வந்து சிரித்தான். நான்கு மாதத்தில் அவனோட கழித்த நாட்களும் அதில் இருந்த அன்பும் நிறைவும் கண்ணியமும் எண்ணங்களில் வந்து நிற்க, சாராவின் மனம் லேசாய் மாறி, முகம் புன்னகையை சிந்தியது.

அவள் அறையில் கட்டில், மெத்தை, ஏசி, மினி லைப்ரரி என அனைத்தும் இருந்தது. மித்ரன் மெத்தையை தடவி விட்டு, நீண்ட நாளுக்கு பின் கட்டிலில் படுத்தான். தலையணையில் அவளின் ஷாம்பூ வாசம். அறையை சுத்தமாக வைத்து இருந்தாள். அவள் அறையில் இருந்த பால்கனி மனதிற்கு இதமான மன நிலையை தந்தது. அவளின் அலமாரியில் இருந்து பா.விஜய் எழுதிய காற்சிலம்பு ஓசையிலே புத்தகத்தின் முதல் பாகம் எடுத்து வாசிக்க தொடங்கி இருந்தான். கவிதை நடையில் சிலப்பதிகாரம் எழுதி இருந்தார் எழுத்தாளர். மித்ரன் நீண்ட நாளுக்கு பின் தன்னை மறந்து வாசித்து உறங்கி இருந்தான். சாராவின் படுக்கையும் அவனை தன்னுள் இழுத்து கொண்டது.

காலை சாரா எழுந்து வர, கார்த்திகா உறங்கி கொண்டு இருந்தாள்.
வாசலை கூட்டி கோலம் போட்டு இருந்தவள், மித்ரன் வீட்டு வாசலில் இருந்த பாலை எடுத்து கொண்டு மாடி வந்தாள். அவளின் அறைக்குள் செல்ல, மித்ரன் அருகில் புத்தகம் இருக்க, நன்றாய் உறங்கி கொண்டு இருந்தான். சாரா குளித்து வந்து உடை மாற்றும் மறைவில் உடை மாற்றிக்கொண்டு இருக்க மித்ரன் எழுந்து இருந்தான். எழுந்தவன் அறையை சுற்றி பார்த்து எழுந்து அமர, சாரா உடை மாற்றுவது தெரிந்தது.

" குட் மார்னிங் சாரா " மித்ரன் குரல் கேட்டு சாரா நடுங்கி இருந்தாள்.

" எப்போ பா எழுந்தீங்க? ரூம் விட்டு வெளிய போங்க "

" சாரா எதுக்கு இந்த பதட்டம்? நான் தூங்குறேன். துணி மாத்திட்டு இருந்தியா? "

" ஆமா நீங்க முதலில் வெளிய போங்க பா "

" எனக்கு இன்னும் கொஞ்சம் தூங்கனும் சாரா, ஏன் விரட்டிட்டு இருக்க? ஒன்னும் பார்க்கல, அப்புறம் விருப்பம் இல்லாத பெண்ணை நெருங்குற அளவுக்கு அசிங்கமான ஆள் இல்ல நான். எனக்கு உன் முகம் பார்க்கனும் சாரா. "

" சரி அப்போ பேசாதீங்க. " மித்ரன் அதை கேட்டு லேசாய் சிரிக்க, சில நிமிடத்தில் சாரா அவனுக்கு தரிசனம் கொடுத்து இருந்தாள். தலை குளித்து புடவையில் வந்தவளை மித்ரன் முதல் முறை ரசனையாக பார்த்து இருந்தான். அவள் கண்ணில் தெரியும் நிமிர்வும், தெளிவும் அவனை எப்போதும் ஈர்க்கும் தான், அதையும் தாண்டி இன்று சாராவின் முகத்திலும் கண்ணிலும் நாணமும் எட்டிப்பார்த்து இருந்தது. அவள் இன்னும் தன்னை கண்ணோடு கண் பார்க்கவில்லை என மித்ரன் அவளையே பார்க்க அவளோ,

" எழுந்து போய் ஃப்ரெஷ் பண்ணிட்டு வந்தா காஃபி தரேன். எழுந்தரிங்க " என கூறிவிட்டு அறையை விட்டு மறைந்து இருந்தாள். கண் பார்க்காது ஓடியவளை பின் தொடர்ந்து சென்ற மித்ரன்,

" இந்த வெக்கம் கூட உனக்கு அழகா இருக்கு சாரா. என் கண் பார்க்க முடியாத

அளவுக்கு வெக்கம் வருதா உனக்கு? நல்லா தூங்குனியா? எனக்கு அருமையான தூக்கம். ரொம்ப நாள் கழிச்சு கட்டில் மெத்தையில் தூங்கினேன். தாங்க்ஸ் சாரா "

" வெக்கம் வராதா? நெருக்கத்தில் வெச்சுட்டு துணி மாத்தும் போது வராமா இருக்குமா? இன்னும் நமக்குள் எதுவும் முறையா நடக்கல, அதுக்குள்ள இதெல்லாம் அதிகமோன்னு ஒரு எண்ணம். வரம்பு மீறி போய்டுட கூடாது இல்லையா? "

" என் முகத்தை பாரு சாரா " மித்ரன் அவளின் கன்னம் பிடித்து முகம் பார்க்க, சாரா வெக்கத்தில் சில முறை கண் பார்க்க தவிர்த்து, பின் மெல்ல மித்ரனின் பார்வைக்கு பதில் பார்வை கொடுத்தாள்.

" வீட்டில் எல்லாருக்கும் சொல்லிட்டேன். அப்பாக்கு மட்டும் கார்த்தியை நான் ஏத்துக்கனும் எண்ணம். அம்மா அப்பாவை பிடி பிடின்னு பிடிச்சு அவரையும் நமக்கு சம்மதம் சொல்ல வெச்சுட்டாங்க. கோபி சார்கிட்ட நாம கல்யாணம் பண்ணிக்க போறோம் சொல்லி வேலையை, இந்த மாச கடைசி விடறேன் சொல்லிட்டேன். கிஷோர் கிட்ட கூட பேசினேன். அவனுக்கும் சம்மதம் தான். உன்மேல அவனுக்கு பாசமும் இருக்கு, அதே நேரம் அவன் வாழ்க்கையை நினைச்சு பயமும் இருக்கு அதான் உன்கிட்ட அன்னிக்கு கடுமையா நடந்து இருக்கான். நம்ம யாருக்கும் எதுக்கும் பயப்பட தேவையில்ல சாரா. அதுக்காக வரம்பு மீறவும் வேண்டாம். உன் பக்கத்தில் இருக்கனும், உன் முகம் பார்க்கனும் அவ்ளோ தான் என் தேவை. "

" சரி போய் ஃப்ரெஷ் ஆகிட்டு வாங்க, பால் கீழ இருந்து எடுத்துட்டு வந்தேன். காஃபி போட்டு தரேன். குடிச்சுட்டு கீழ போங்க. "

" ஓ அப்புறம் நான் வேற என்ன எல்லாம் செய்யனும் மேடமே சொல்லிடுங்க பார்ப்போம். "

" என்னப்பா கிண்டலா கேக்கறீங்க? அத்தை வரதா நீங்க தானே சொன்னீங்க? எதும் சமைக்க வேண்டாமா? அவங்க கார்த்தி கையில் சாப்பிட்ட மாட்டாங்க தானே? நான் அவங்களுக்கும் சேர்த்து சமைக்க போறேன். நீங்களும் நேரம் இருந்தா இங்கையே வந்துடுங்க சாப்பிட "

" இல்ல இல்ல சாரா. எனக்கு வேலை இருக்கு. நான் மதியம் சாப்பிட வர மாட்-டேன். காலைக்கு மட்டும் தோசை சுட்டு கொடு போதும். அம்மாக்கு சாம்பார், வத்த குழம்பு ரெண்டும் அவ்ளோ பிடிக்கும். முடிஞ்சா ட்ரை பண்ணி சமையலில் இம்ப்ரெஸ் பண்ணு. ராத்திரி எனக்கும் அதுவே கொடுத்தா போதும். "

" சரி, போய் ஃப்ரெஷ் ஆகிட்டு வாங்க " மித்ரன் அவளை நெருங்கி வர, சாரா முறைக்க, அவளை அணைத்து கன்னத்தில் அழுத்தமாக ஒரு முத்தம் வைத்துவிட்டு இடத்தை காலி செய்து இருந்தான். மித்ரன் காஃபி குடித்து கீழே செல்ல, சாராவும் அவனோடு கீழே வந்தாள். கார்த்திக்கு காஃபி கொடுத்து விட்டு கடைக்கு கிளம்பி சென்று இருந்தாள். மித்ரன் பிரிட்ஜ் உள்ளே அவனுக்கு தேவையான பொருட்களை அடுக்கியவள், மாடிக்கு வந்து தேங்காய் சட்னியும் மல்லி சட்னியும் செய்து இருக்க, மித்ரன் அரக்க பறக்க மேலே வந்தான். சாரா தோசை சுட்டு தரவும் அதன் சுவையில் நிதானமானவன்.

" ஏய் சாரா.. இவளோ நல்லா சமைப்பியா நீ? இத்தனை நாளும் ப்ரெட் முட்-டையா தின்னுட்டு இருக்கவும் உனக்கு ஓரளவு தான் சமைக்க தெரியும். இன்னும் நெத்திலி மீன் குழம்பும் வெச்சு தரல. சமையலில் இன்னிக்கி நீ அம்மாகிட்ட பாஸ் ஆகனும் வேண்டிட்டு இருக்கேன் தெரியுமா? நீ அசத்துறயே மா "

" உங்க அம்மா இன்னிக்கி ஃபிளாட் ஆக போறாங்க. வாய்ப்பும் நேரமும் இருந்தா நீங்களும் பார்க்க வாங்க. இல்லையா ராத்திரி நீங்களும் என் சமையலில் ஃபிளாட் தான் ஆக போறீங்க "

" நான் ஆல்ரெடி உன்கிட்ட ஃபிளாட் ஆகிட்டேன் சாரா மா. மறுபடியும் ஆகனுமா? எனக்கு சந்தோசம் தான். "

" ரொமான்ஸ் விடாம சாப்பிட்டு கிளம்புங்க. நேரமாச்சுன்னு. சொல்லிட்டு இப்போ வசனம் பேசிட்டு இருக்கீங்க? " சாரா கேட்கவும் மணியை பார்த்தவன் உண்டு கிளம்பி இருந்தான்.

14

சாரா மதிய சமையலை முடித்து இருந்த போது வந்து சேர்ந்தார் ஜோதி. அவர் வந்துவிட்டார் என்பது அவரின் குரலில் இருந்த காரமும் கோபமும் சொல்ல, கார்த்தியை வெளுத்து வாங்கிக்கொண்டு இருந்தார். சாரா மெல்ல தயங்கி அவருக்கு சாத்துக்குடி சாறை எடுத்து கொண்டு கீழே வர, சாராவை கண்டதும் அமைதியாகி இருந்தார்.

" வாங்க அத்..த.. இப்போ தான் வந்தீங்களா? மா..மாமா வரலியா? "

" வா சாரா. இவளை நீயாவது வெளிய அனுப்பி இருக்க கூடாது? "

" எங்க அத்த போவா? அவளுக்கு தான் போக இடமே இல்லையே? அவ மித்ரன் கூட வாழ வரல. வாழ வழியே தெரியாம வந்து இருக்கா, அவளுக்கு பாதுகாப்பு தரணும் தான் இருக்க விட்டு இருக்கேன். எந்த பொண்ணா இருந்தாலும் இதே பாதுகாப்பை கண்டிப்பா தந்து இருப்பேன் அத்த. நாடு இருக்கிற நிலையில் இவளை தனியா வெளிய விட முடியுமா? "

" இவளால் யாருக்கும் எதும் ஆகுமே தவிர, இவளுக்கு எதும் ஆகாது. அரிப்பு எடுத்த கழுதைக்கு பாதுகாப்பு ஒன்னு தான் குறை. என் மகனை உயிரோட கொன்னு போட்டு போனவ, என் பிள்ளை முகத்தில் சிரிப்பையே இனி பார்க்க முடியாதோ நினைச்சேன். நேத்து அவன் பேச்சுக்கு இடையில் வந்த சிரிப்பு சத்தம் கேட்டு நெஞ்சு நிறைஞ்சு போய்டுச்சு. "

" சரி வாங்க அத்த மேல நம்ம வீட்டுக்கு போலாம். இந்த ஜூஸ் குடிங்க. கார்த்தி

சமையல் செஞ்சியா? "

" செஞ்சேன். "

" சூப்பர்.. இப்போ ரெஸ்ட் எடு. மதியம் ஒன்னா சாப்பிடலாம். நீங்க வாங்க அத்த. "

சாரா உடன் மாடிக்கு செல்லும் தன் அத்தையை பார்த்து கார்த்தி மௌனமாக நிற்க, மித்ரனின் தந்தை ரங்கராஜன் அங்கு வந்து சேர்ந்தார். கார்த்திக்கு இனிப்பு, காரம் என வாங்கி வந்தவர் அவளிடம் தர கண்ணீரோடு வாங்கி கொண்டாள்.

" எங்க மா உன் அத்தை? அந்த பொண்ணு உன்னை எதும் சொன்னாலா? மித்ரன் அந்த பொண்ணை தான் கல்யாணம் பண்ணிப்பேன் நிக்குறான். நீ அவன் மனசை மாத்த கூடாதாமா? "

" அத்தை மேல போய் இருக்காங்க. அவங்க தான் மாமாவை சமாதானம் பண்ணி என்னை தங்க விட்டு இருக்காங்க மாமா. அவர் மனசில் சாரா தான் இருக்காங்க. நானும் நிறைய பேசிட்டேன் மாமா. நான் செஞ்சது ஒன்னும் சின்ன விஷயம் இல்லையே? அவர் ஆளே வேற மாதிரி இருக்கார். நான் இருந்த அப்போ அவர்கிட்ட இருந்த மென்மையும் அமைதியும் இது வரை பார்க்கவே இல்ல மாமா "

" நான் மேல போய் ஒரு எட்டு அந்த பொண்ணை பார்த்திட்டு வரேன். நீ சாப்பிட்டு ரெஸ்ட் எடு. மேல போகலன்னா உன் அத்தை வேற பேசுவா " ரங்கராஜன் சொல்லிவிட்டு மாடிக்கு செல்ல, கார்த்தி தின்பண்டகளை எடுத்து வைத்து விட்டு அமர்ந்து கொண்டாள்.

ஜோதி சாரா வீட்டை சுற்றி பார்த்து விட்டு சோஃபாவில் அமர, மித்ரன் பற்றி நிறைய விஷயங்களை கூறி இருந்தார். ரங்கராஜன் வரவும் அவருக்கும் ஜூஸ் கொடுத்து அவரையும் வரவேற்று இருந்தாள். ரங்கராஜன் சாராவை பார்த்து புன்னகை கூட சிந்தவில்லை. சாரா அதை பெரிதாக எடுத்து கொள்ளவும் இல்லை. ஜோதி உடன் பேசிக்கொண்டே வேலையை பார்த்தாள். அவரோ கீழே கார்த்தியை காண சென்று இருந்தார். சாரா அவளின் மின்னஞ்சல் பார்த்து சில தாள்களை மித்ரனுக்கு அனுப்பி அதை பிரிண்ட் செய்து எடுத்து வர சொன்னாள்.

மதிய சமையலில் அப்பளம் மட்டும் பொரிக்க வேண்டி இருக்க, அதையும்

பொரித்து எடுத்தாள். ஜோதி ரங்கராஜனை அழைக்க, அவரும் வரவும் இருவரை-யும் அமர வைத்து உணவை பரிமாறினாள். ஆடம்பரமும் இல்லை, சாதாரணம் என்று கூறுவதற்கும் இல்லை. சாப்பாடு, சாம்பார், கலவை காய்களில் பொரியல், வத்த குழம்பு, ரசம், மோர், அப்பளம். இனிப்புக்கு கேசரி என அனைத்தும் பக்-குவமாக சமைத்து இருந்தாள். பொறுமையாக உண்ட இருவருக்கும் மிக பொறு-மையாக, கேட்டு கேட்டு பரிமாறி கொடுத்து இருவரையும் உபசரித்தாள்.

அவர்கள் உண்டு எழவும் அவர்களுக்கு டிவி போட்டு விட்டு, கீழே சென்றவள் கார்த்தி செய்த உணவுகளை எடுத்து கொண்டு அவளையும் அழைத்து வர ஜோதி சாராவை முறைத்தார். சாரா தலை குனிந்து அவளோடு சமையல் அறை உள்ளே சென்று விட, இருவரும் சாப்பிட ஆரம்பித்து இருந்தனர். ரங்கராஜன் சென்று பார்க்க, சாரா கார்த்திக்கும் பரிமாறி அவளும் சாப்பிட, சாராவை அவருக்கு இப்-போது மிக பிடித்து இருந்தது. அதே நேரம் மித்ரன் இல்லம் வந்து இருந்தான்.

" வா மித்ரா சாப்பிட்டியா? "

" இல்ல மா. சாரா எங்க? "

" உள்ள அவளோட சாப்பிட்டு இருக்கா பா "

" துணி மாத்திட்டு வாங்க சாப்பிட்டு பேசலாம். " சாரா குரல் கொடுக்க, உடை மாற்றி வந்து இருந்தான். சாரா உண்டு முடித்து இருக்க, கார்த்தி உண்டு கொண்டு இருந்தாள். மித்ரன் சாராவை பார்க்க, கார்த்தி தயங்க,

" உக்காருங்க பா.. விரோதியா இருந்தாலும் சாப்பிடும் போது சண்டை கூடாது. அட உக்காருங்க மித்ரன்.. "

மித்ரன் அமரவும் அவன் அருகில் அமர்ந்து பரிமாற ஆரம்பித்து இருந்தாள். சாரா பொறுமையாக பரிமாறுவதை கார்த்தி பார்த்துக் கொண்டே உண்டாள். அவளின் கவனம் பரிமாறுவது தவிர வேறு எதிலும் இல்லை. கார்த்திக்கு மித்ரனு-டனான அவளின் பழைய நாட்கள் நினைவில் வந்தது. அலைபேசியை பார்த்துக் கொண்டே மித்ரனுக்கு பரிமாறுவாள். சில நேரம் அலைபேசியில் மூழ்கி விட்டால் மித்ரனே போட்டு சாப்பிட்டு கொள்வான். இங்க சாரா பரிமாறும் அழகு பார்த்து இழந்தது என்னவென்று புரிந்து போனது. கார்த்தி அருகில் இருக்க எதையும் பேசாது மித்ரன் உண்டாலும் அவன் இலையில் முதலில் தீரும் உணவு எதுவென்று

பார்த்து பரிமாறி இருந்தாள். கார்த்தி மெல்ல எழுந்து வெளியே செல்லவும், மித்ரன் முகத்தில் லேசான புன்னகை, சாராவின் வலது கையை மென்மையாய் ஒரு முறை தேய்த்து கொடுத்தான்.

" எப்படி இருக்கு சமையல்? " சாரா மெல்ல கேட்க,

" ரொம்ப நல்லா இருக்கு. யாரும் இல்லாம தனியா நீ இருந்து இருந்தா, சமைச்ச கைக்கு முத்தம் கொடுத்து இருப்பேன்." மித்ரனும் மெல்ல சொல்ல, சாரா லேசாய் கிள்ளி வைக்க, மித்ரன் புன்னகையுடன் உண்டு எழுந்து இருந்தான். சாரா அனைத்தும் சுத்தம் செய்து வர, ஜோதியும் மித்ரனும் பேசிக்கொண்டு இருக்க, கார்த்தியுடன் ரங்கராஜன் பால்கனியில் அமர்ந்து பேசிக்கொண்டு இருந்தார்.

" ஏன் மா அவளை இங்க கூப்பிட்ட? அவளோட மித்ரன் உக்கார்ந்து சாப்பிடணுமா? "

" சாப்பாடு தானே அத்த? கார்த்தி செஞ்சது தப்பு தான். அதான் ரெண்டு பேரும் விவாகரத்து வாங்கி தனியா தானே இருக்காங்க? எதோ ஆதரவுக்கு தேடி வந்த பொண்ணை நித்தமும் அதையே சொல்லி குத்தி காட்டி காயம் பண்ணாம, நம்மால முடிஞ்ச செய்து, அறிவுரை சொன்னா அவளும் நல்லா இருப்பா தானே? அவ நிலையில் இப்போ அவளுக்கு யாருமே இல்ல. எப்பவும் ஒரு பயத்தில் வாழ்றது கஷ்டம் தானே? இங்க இருக்கிற வரை துணையா இருப்போம் தான். பொண்ணுக்கு பொண்ணே உதவாம எப்படி சொல்லுங்க? "

" சரியா சொன்ன மா, நீயே இவனுக்கும் புத்தி சொல்ல கூடாதா? கார்த்தி என்ன இருந்தாலும் அவனுக்கு பொண்டாட்டி தானே? டிவோர்ஸ் பண்ணிட்டா எதும் இல்லாம போய்டுமா? இவளை இனி எங்க மா கூப்பிட்டு போவேன் நான்? சொந்த அத்தை பையன் இவனுக்கு கொஞ்சம் கூட அக்கறை இல்ல. " மித்ரன் எதோ கோவமாக சொல்ல வர, சாரா அவன் கை பிடித்து,

" நீங்களும் ரொம்ப சரியா சொன்னீங்க மாமா. எனக்கு ஒரு கேள்வி அதுக்கு பதில் வேணும். "

" கேளு மா.. உனக்கு நல்ல பையனா பார்த்து அப்பாவா முன்ன நின்னு நான் கல்யாணம் பண்ணி வைக்கிறேன் மா. "

" அதில்ல மாமா. என்னை பத்தி இல்ல கேள்வி. ஒரு பொண்ணு அவ புருஷனை பார்த்து நீ ஆம்பளை இல்ல, கையாளகாதவன், கட்டிலில் கூட என்னை சந்தோ-சமா வெச்சுக்க உனக்கு துப்பு இல்ல அதனால் தான் நான் வேற ஒருத்தன் கூட படுத்தேன் சொன்ன அப்புறம் அவளோட அவனால வாழ முடியுமா? "

" என்ன.. என்ன மா சொல்ற? "

" அந்த பொண்ணு உங்க கார்த்திகா. அதை கேட்டு இன்னிக்கி வர வலியில் துடிக்கிற அந்த புருஷன் உங்க மகன் தான். உங்க பையன் ஆம்பள தானே மாமா? அதில் உங்களுக்கு சந்தேகம் இருக்கா? " மித்ரன் சாராவின் படுக்கை அறைக்குள் சென்று இருக்க, ஜோதி அழுது இருந்தார்.

" உங்க பையன் பரிபூரண ஆண் மகன் தான் ஹாஸ்பிடல் ரிப்போர்ட் சொல்லுது. உங்களுக்கு ரிப்போர்ட் கூட தேவை இருக்காது நினைக்கிறேன். கார்த்திகா செய்த துரோகத்தை மறந்து வாழ பெரிய மனசு வேணும். அது உங்க மகனுக்கு இருக்கு. ரெண்டு நாள் முன்னாடி அவ தலை குளிச்ச அப்போ அவர் தான் சுடு தண்ணி வெச்சு கொடுத்தார். அவளுக்கு பிடிச்ச சாப்பாட்டை வாங்கி கொடுத்தார். ஆனா அவளோட ஒரே அறையில் கணவன் மனைவியா வாழ முடியுமா? ஒவ்வொரு முறையும் தன்னை ஆம்பள இல்லன்னு சொன்னவ முகத்தை பார்த்து நிம்மதியா எப்படி இருக்க முடியும்? பதில் சொல்லுங்க "

" எங்களுக்கு இதெல்லாம் தெரியாது மா "

" சொன்னா நீங்க தாங்க மாட்டீங்க தான் மாமா அவர் உங்களுக்கு சொல்லவே இல்ல. அண்ணா அண்ணிக்கு தெரியும். ஹாஸ்பிடல் கூப்பிட்டு போய் இவரை சரி செய்ததே அவங்க தான். தாலியை கட்டிலுக்கு கீழ இருந்து பொறுக்கி கொடுத்து இனிமேல் தொந்தரவு பண்ணாதீங்க சொல்லிட்டு போய் இருக்கா, கார்த்தியை பொறுத்த வரை மித்ரன் அன்னிக்கே செத்துட்டார். இப்போ இங்க இருக்கிறது என்னோட மித்ரன். இந்த சாராவோட மித்ரன். என்னால அவரை விட்டு தர முடியாது."

" ஏன் கார்த்தி, சாரா சொல்றது எல்லாம் உண்மையா? " ரங்கராஜனின் கேள்-வியில் கார்த்திகா ஆம் என தலையாட்டி வாய் மூடி அழ, அவரோ கார்த்தியை ஏமாற்றமாக பார்த்தார். மெல்ல எழுந்து அறைக்குள் செல்ல, மித்ரன் கண்ணீரோடு

அமர்ந்து இருந்தான். தகப்பனின் முகம் பார்க்க முடியாது அவன் முகம் மூடி கொள்ள, ஜோதி வரவும் தாயை இடையோடு அணைத்து அழுது இருந்தான். மகனும் மனைவியும் அழுவதை பார்த்து அவரும் கலங்கி போக சாரா மூவரையும் அழைக்க, மித்ரன் மட்டும் அறை விட்டு வரவில்லை.

" வாங்க மாமா.. வந்து உக்காருங்க அத்த.. ரெண்டு பேர்கிட்டயும் இதை சொல்லனும். "

" சொல்லு மா "

" இந்தா கார்த்திகா உனக்கு வேலை, இதோ இந்த அட்ரஸ் போ அங்க உனக்கு தங்க பாதுகாப்பான இடமும் கிடைக்கும். நானும் கொஞ்ச நாள் அங்க இருந்து இருக்கேன். ஆதரவு இல்லாத பெண்களுக்கான ஹாஸ்டல். ரொம்ப பாதுகாப்பும் வசதியும் இருக்கும். அப்புறம் இதில் இருபது ஆயிரம் பணம் இருக்கு உன் செலவுக்கு, முதல் மாசம் சம்பளம் வர வரைக்கும் உன் தேவைக்கு வெச்சுக்க. "

15

" மாமா கார்த்தி இனிமேல் பத்திரமா இருப்பா, கோவையில் உங்க கண் முன்னாடியே இருப்பா, பிறந்து வளர்ந்த ஊரு தானே சீக்கிரம் பழகிடும். நாளைக்கு மாமா கூடவே போ கார்த்திகா. எதுக்கும் பயம் வேண்டாம்." ரங்கராஜனிடம் சாரா கூறவும், அவரோ சரியென தலையாட்டி கொண்டார்.

" ஒரு பொண்ணுக்கு எல்லா நேரமும் துணை இருக்க வேண்டியது அவளோட நிமிர்வும் தெளிவும் தான். உனக்கான தெளிவை தனிமை கொடுக்கும், உனக்கான நிமிர்வை உன் வேலையும் சம்பாத்தியம் கொடுக்கும். தெரிஞ்சு செஞ்ச தப்பை நீ தான் கார்த்தி சரி பண்ணனும். உனக்கான வாழ்வை இனிமேல் யோசிச்சு முடிவு எடு. எது வேணும்? எது வேண்டாம்? எல்லாமே யோசிக்க உனக்கு காலம் இருக்கு. உனக்கு மன நிறைவு எது தருதோ அதை செய். வெறும் சாப்பாட்டுக்கும், இடத்துக்கும் ஒரு ஆணை சார்ந்து இருக்க வேண்டிய அவசியம் இல்ல கார்த்தி. பயத்தை விடு. உன் அன்பை பிறருக்கு கொடு. உனக்கான அன்பு தானா கிடைக்கும். உனக்கு என்ன உதவி தேவையா இருந்தாலும் எனக்கு கால் பண்ணு. நான் இருக்கேன் உனக்கு தைரியமா இரு. " சாரா சொல்லவும் கார்த்திகா அவளை அணைத்து கொண்டாள். கார்த்தி அழும் ஓசையில் மித்ரானே அறை விட்டு வெளிய வந்து இருந்தான்.

" அத்தை எனக்கு ஒரு உதவி செய்ய முடியுமா? எதுவா இருந்தாலும் கேட்க சொல்லி போன முறை சொன்னீங்க இல்ல? "

" என்ன சாரா செய்யனும்? "

" கார்த்தி மேல இருக்கிற உங்க வெறுப்பை விட்டு அவளை பார்த்துக்கோங்க

அத்த, முடிஞ்சா ஒரு முறை அவளை ஹாஸ்பிடல் கூப்பிட்டு போங்க. ஃபுல் பாடி செக் அப் பண்ணி கார்த்தி நல்லா இருக்காளன்னு உறுதி பண்ணிடுங்க. அவளும் எங்க போவா அத்த? பிளீஸ். "

" நான் சீராட்டி வளர்த்த பொண்ணு சாரா. என் மகனை இப்படி உடைச்சு போட்டாலே இவ.. நல்லா இருப்பாங்கன்னு தானே பார்த்து பார்த்து எல்லாம் அவ இஷ்டம் போலவே செய்தேன். என்னை இப்படி வெறுக்க வெச்சதே இவ தான். உனக்காக செய்யுறேன் சாரா."

" தாங்க்ஸ் அத்தை. அவ்ளோ தான் பிரச்சனை முடிஞ்சுது. இனி யாரும் அழ கூடாது. "

" உங்க கல்யாணம் பத்தி என்ன முடிவு செஞ்சு இருக்கீங்க ரெண்டு பேரும்? " ரங்கராஜன் கேட்கவும் சாரா மித்ரன் முகம் பார்க்க, அவனும் அவளை தான் பார்த்து இருந்தான்.

" அது மாமா.. கொஞ்ச நாள் கழிச்சு.. எங்களுக்குள்ள இன்னும் பேச வேண்டியதும், புரிஞ்சுக்க வேண்டியதும் நிறைய இருக்கு. "

" என்ன மித்ரா, நீ என்னவோ உடனே கல்யாணம் பண்ணனும் சொன்ன? "

" ஏன் சாரா எதுக்காக இந்த கொஞ்ச நாள்? " மித்ரன் கேட்கவும்,

" நம்ம ஊரில் கல்யாணம் பண்றதுக்கு முன்னாடி என்ன வேலை? எவ்ளோ சீர்வரிசை? பொண்ணுக்கு என்ன தெரியும்? பையனுக்கு கடன் இருக்கா? சொந்த வீடா இப்படி தேவை இல்லாத கேள்வி கேட்கிற யாரும், பையனுக்கும் பொண்ணுக்கும் மன பொருத்தம் எவ்ளோ? நாளைக்கு எந்த இடத்தில் செட்டில் ஆக போறோம்? குழந்தை வேணுமா வேண்டாமா? வேலைக்கு போக போறாங்களா? இல்லை தொழிலா? என்ன என்ன ஆசைகள்? கனவுகள்? கடமைகள் இருக்குன்னு பேசி தெளிவு பண்றது இல்ல. எல்லா நேரமும் சூழ்நிலை நல்லாவே மட்டும் இருக்காதே? பேசி புரியாம பண்ணிட்டு, அதுக்கு அப்புறம் அழறது யார் தப்புன்னு சொல்லுங்க? எனக்கு மித்ரன் கூட இன்னும் புரிதல் வேணும். கொஞ்ச நாள் எனக்கு நேரமும் வேணும். "

" எல்லாம் கல்யாணம் பண்ணிட்டு புரிஞ்சுப்போம் சாரா. உன்னை தவிர எனக்கு

யாரும் வேண்டாம், உன் முடிவு என்னவோ அதுவே எனக்கு சரி. என்னால காத்திருக்க முடியாது சாரா. "

" இன்னொரு நாள் இதை தனியா பேசலாமா? "

" ஏன் சாரா இந்த தீடீர் தயக்கம்? என்கிட்ட எதும் குறை.. "

" சம்மதம் பா.. இதுக்கு மேல எதும் சொல்லாதீங்க. என் முன்னாள் வாழ்க்கை பத்தியும் உங்களுக்கு தெரியாதே பா ? "

" எனக்கு அது தேவை இல்ல சாரா. உன் சம்மதம் தான் வேணும். "

" சம்மதம் மித்ரன். இப்போவே கூட தாலி வாங்கிக்கிறேன் சந்தோசமா? "

மித்ரன் சரியென சொல்ல, ஜோதி சாராவை கன்னம் வழித்து திருஷ்டி எடுத்து இருந்தார். அனைவருக்கும் காஃபி கலந்து கொடுக்க, கார்த்தி அவளின் பெட்டியை அடுக்க ஆரம்பித்து இருந்தாள். ஓய்வு எடுக்க அனைவரும் கீழே சென்று இருக்க, மித்ரன் சாராவுடன் மாடியில் இருந்து கொண்டான். சாரா இரவு சமையல் செய்ய காய் நறுக்க, மித்ரன் வரவும்,

" எதும் வேணுமா? ஃப்ரீயா இருந்த இந்த வெங்காயம் நறுக்குங்க பா. "

" எதுக்கு சாரா தயக்கம்? கொஞ்ச நாள் தள்ளி போடணுமா கண்டிப்பா? என்கிட்ட எதும் தப்பு இருக்கா? குறை? "

" ஒரு குறையும் இல்லாத மனுஷன் யாருமே இல்ல மித்ரன். இன்னொரு முறை குறை அது இதுன்னு சொன்னா நான் மனுஷியா இருக்க மாட்டேன் சொல்லிட்டேன்."

" ஏய் எதுக்கு இப்போ கோவம்? "

" தயக்கம் இல்ல. எனக்கு நீங்க வேணும், எனக்கு உங்களோட நிறைய நாள் வாழனும். போன முறை என் வாழ்க்கையில் நடந்த தப்பு எல்லாம் நான் திரும்ப செய்ய கூடாது. இது இன்னொரு வாய்ப்பு மித்ரன் எனக்கு இதில் உங்களோட நல்லா வாழனும் ஆசை. எடுத்தோம் கவுத்தோம் எதையும் செய்ய கூடாதுன்னு

சொன்னேன். உங்க மனசில் என்னால சின்ன சங்கடம் வந்தாலும் என்னால தாங்க முடியாது. எனக்கு முழு சம்மதம் மித்ரன். சீக்கிரமே கல்யாணம் பண்ணிக்கலாம். "

மித்ரன் அவளை இறுக்கி அணைத்து இருந்தான்.

" இனிமேல் எந்த தப்பும் நடக்காது சாரா. உன்ன கண் கலங்க விட மாட்டேன். எல்லாம் இனி நல்லதா நடக்கும். " மித்ரன் அவளின் நெற்றியில் முத்தம் வைத்-தான்.

" விடுங்க பா. யாராவது வர போறாங்க "

" யாரும் வர மாட்டாங்க. எப்படி வேலைக்கு ஏற்பாடு பண்ண அதை சொல்லு? "

" நான் முன்னாடி வேலை பார்த்த இடத்தில் கேட்டேன். எங்க மேனேஜர் உதவி செய்தார். அது போலவே தான் ஹாஸ்டல். ஆதரவு இல்லாத பெண்களுக்கு பாது-காப்பான இடம் அது. யாரும் இல்லாம தனியா இருக்கணும் பாதுகாப்பு வேணும் இருந்த அப்போ நான் அங்க தான் இருந்தேன். கார்த்திகா இனி நல்லா இருப்பா "

" உனக்கு அவ மேல கோவமே இல்லையா? "

" ஏன் உங்களுக்கு இருக்கா? " மித்ரன் அவளை விட்டு வந்து சோஃபாவில் அமர்ந்து இருந்தான்.

" கோவம் சொல்ல மாட்டேன். எதோ ஒரு இயலாமை. என்னை அவளுக்கு புரி-யாம போனதுக்கு நானும் காரணமோ, நான் முயற்சி பண்ணாம விட்டேனோன்னு அடிக்கடி யோசிச்சு இருக்கேன். எல்லாம் நேரமும் அவளோட ஆசையும் எண்-ணமும் சரின்னு நின்னுவளுக்கு அது சரியில்லன்னு நான் புத்தி சொல்லி இருக்-கனும். வெறும் உடல் சுகம் மட்டும் இல்லையே தாம்பத்தியம்? சின்ன பொண்ணு அதட்ட வேண்டாம். அவளே புரிஞ்சுப்பா நினைச்சேன். ஆனா அவளுக்கு அவ உணர்வுகள் மட்டுமே பெருசா போய்டுச்சு. அவ குறையை மறைக்க என்னை குறை சொல்லிட்டு போய்ட்டா.. ஏமாந்த வலியும், வேதனையும் அவ நிழல் கூட என்மேல பட வேண்டாம் சொல்லுது. அவ மாமா பையன் சாரா நான். என்-

மேல கொஞ்சம் கூடவா அக்கறையும் அன்பும் இல்ல? இதெல்லாம் யோசிக்க யோசிக்க மனசு கஷ்டமா இருக்கு. அதான் அவளை பரிதாபப்பட்டு கூட நெருங்காம இருக்கேன்."

" ம்ம்.. புரியுது. எனக்கு கோவம் இல்ல அவ மேல, பரிதாபம். வாழ்க்கைக்கு எது முக்கியம் இன்னும் கூட உணராத அவளை பார்க்கும் போது பாவமாவும் இருக்கு. பக்குவம் இல்ல, தன்மானம் இல்ல, தெளிவு இல்ல, எடுத்து சொல்ல ஆளும் இல்ல. ஒத்த பொண்ணுன்னு செல்லம் கொடுத்து வளர்த்த அவ அப்பா அம்மாக்கு வாழ்க்கையில் எது நிதர்சனம் சொல்லி தரவும் தெரியல. இவ மேல கோவப்பட காரணம் இருந்தாலும் ஒன்னும் தெரியாத பொண்ணை ஏன் காயப்படுத்தனும் தோணுது. இன்னொரு விஷயம், நீங்க புருஷனா இருந்து சொல்லி கொடுத்து இருந்தாலும் அவளால் அதை புரிஞ்சுக்க முடிஞ்சு இருக்காது மித்ரன். காரணம் அவளோட புரிதல் அவ்ளோ தான். இனி வர போற நாட்கள் அவளுக்கான புரிதலை தரும். "

" சரி வா ராத்திரிக்கு சமைக்க உதவி செய்யுறேன். "

" என்ன செய்யலாம்? கொஞ்சம் சாதம் மீதி இருக்கு, வத்தகுழம்பு இருக்கு. நான் இடியாப்பம் செய்வோம் ஐடியா பண்ணி இருக்கேன். "

" தொட்டுக்க என்ன செய்ய போறீங்க? "

" வெஜ் குருமா வைப்போமா? இல்ல செட்டிநாடு சிக்கன் குருமா? "

" எனக்கு சிக்கன் ஓகே அம்மா ராத்திரி அசைவம் சாப்பிட மாட்டாங்க. "

" வெஜ் கொஞ்சமா செஞ்சிட்டு மீதி சிக்கன் செய்வோம். "

" சரி சிக்கன் இருக்கா? இல்ல வாங்கனுமா? நான் வாங்கிட்டு வரேன்."

" இல்ல வேண்டாம். நான் வாங்கிட்டு வந்துட்டேன். உங்களுக்கு சிக்கன் குருமா செய்து சப்பாத்தி போடுவோம் தான் வாங்கி உப்பு மிளகாய் போட்டு ஊற வைச்சேன். இப்போ குருமா செய்துருவோம் ஐடியா பண்ணேன். அத்தை ராத்திரிக்கு இருப்பாங்களா மாட்டாங்களான்னு தெரியல அதனால உங்களுக்காக செய்வோம் வாங்கினேன். "

" சரி மா.. போதுமா எல்லாருக்கும்? "

" இடியாப்ப குருமா தானே? சரியா போய்டும். பத்தாம போனா வெஜ் குருமா வெச்சு சமாளிப்போம் ராத்திரி நிறைய கறி நிறைய வேண்டாம். "

" சரி வாங்க காயை அறுத்து போடுங்க. நான் இடியாப்பம் சுட்டு வைக்கிறேன். "

இருவரும் சமையல் வேலை பார்க்க, ரங்கராஜன் வாங்கி கொடுத்த இனிப்பையும் காரத்தையும் கொடுக்க வர, இருவரும் சமையல் செய்வதை பார்த்து கார்த்தி அமைதியாய் நின்று இருந்தாள். மித்ரன் பார்த்து விட்டு சாராவின் காதில் சொல்ல, சாரா வரவும் அவளிடம் பலகாரத்தை கொடுத்தாள். சாரா அதை அவளையே எடுத்து செல்ல சொன்னாள்.

" தாங்க்ஸ் சாரா. நீங்க இல்லாம போய் இருந்தா நான் கஷ்டப்பட்டு இருப்பேன். அவர்கிட்ட எனக்கு மன்னிப்பு கேட்கனும். ஆனா சாதாரண மன்னிப்பு மட்டும் கேட்டா போதாதே? இனிமேல் என்னால அவருக்கு எந்த தொல்லையும் இருக்-காது. எதும் தப்பா பேசி இருந்தா மன்னிச்சுடுங்க சாரா " சொல்லிவிட்டு அவள் இறங்கி சென்று விட, சாரா எதுவும் பேசாது சமையலை கவனிக்க, மித்ரனும் முகத்தில் மென்னகை பூசி அமைதியாக வேலையை பார்த்தான். கீழே சென்று குளித்து அனைவரையும் சாப்பிட அழைத்து, மூவருக்கும் சாரா பரிமாறி கொடுக்க, மித்ரன் தன் காதலியை ஆசையாய் பார்த்து இருந்தான்.

இருவரும் ஒன்றாக உண்டு, அனைத்தையும் சுத்தம் செய்து இருக்க, கீழே சென்று அனைவரும் உறங்கி இருந்தனர். ஓய்வாக சாரா வந்து அமரவும் அவள் முகத்-தில் அதிக சோர்வு. பால்கனி காற்று இதமாய் அவளை வருட, மித்ரன் தோள் கொடுக்க அவன் மார்பில் சாய்ந்து அமர்ந்து கொண்டாள்.

16

மித்ரன் மார்பில் சாரா சாய்ந்து இருக்க, அவளின் கழுத்தில் கைகளை மாலையாக போட்டு பக்கம் சேர்த்து இருந்தான்.

" இந்த பால்கனி நிலா வெளிச்சம், லேசான குளிர் காத்து, உன் பக்கத்தில் இப்படி தனியா எந்த கவலையும் இல்லாம இருக்கிறது. எனக்கு ரொம்ப பிடிச்சு இருக்கு சாரா. உன்னை ஏன் நான் முன்னாடியே பார்க்கல? "

" முன்னாடியே பார்த்து இருந்தா, இந்த அளவுக்கு ஒருத்தருக்கு ஒருத்தர் ஸ்பெஷலா இருந்து இருக்க மாட்டோம் மித்ரன். யாரும் விபத்தா சந்திக்கிறது இல்ல. நம்ம வாழ்க்கையில் வர எல்லாருக்கும் எதோ ஒரு காரணம் இருக்கு. "

" என் வாழ்க்கையில் நீ வந்தது எனக்கு நிம்மதி தர தான் சாரா. "

" சரி கல்யாணம் பண்ணிட்டு கோவையா? பொள்ளாச்சியா? "

" இங்க தான் சாரா. இதே வீட்டில் தான் ரெண்டு பேரும் இருக்க போறோம். "

" அப்போ அத்த? மாமா? "

" அக்காக்கு குழந்தை பிறக்கற வரை கோவையில் தான் இருப்பாங்க. அங்க நம்ம சொந்த வீடு இருக்கு. அதை விட்டு அவங்க வர மாட்டாங்க. எனக்கு கோவைக்கு போகவே விருப்பம் இல்ல. "

" சரி அவங்களை பார்த்துக்க வேண்டாமா? இந்த வீட்டை வாடகைக்கு விட்டு, கோவை போலாம். அங்க போய் நீங்க சொந்தமா ஆஃபீஸ் ஓபன் பண்ணுங்க. நானும் உங்களுக்கு உதவிக்கு வரேன். நீங்க வேலையை சொல்லி கொடுங்க கத்-

துகிட்டு அதை சரியா செய்வேன். "

" என்ன மா.. எனக்கு அங்க போகவே விருப்பம் இல்லன்னு சொல்றேன். நீ கோவை போவோம், ஆஃபீஸ் கதை சொல்லிட்டு இருக்க?"

" அத்த, மாமா பத்தி யோசிங்க பா, அவங்களுக்கு யார் இருக்கா? அவங்களுக்-கும் உங்களோட இருக்கனும் ஆசை இருக்காதா? தனியாவே கடைசி வர யாரால் வாழ முடியும் சொல்லுங்க? "

" அது.. பழைய நினைவு எல்லாம் துரத்தும்.."

" அதை தான் மித்ரன் விரட்டி அடிக்க தெரியனும். உங்க தப்பு எதும் இல்ல. ஒரு வேளை இருந்தாலும் அதை திருத்திட்டு வாழனும். பயந்து ஓடினா வாழ முடியாது. நான் உங்களோட இருக்கேன் பா. "

" பிளீஸ் சாரா.. எனக்கு கோவை வேண்டாம். அம்மாவையும் அப்பாவையும் இங்கேயே இருக்க சொல்லிடுவோம். அந்த வீட்டை வாடைக்கு விட சொல்வோம். கீழ உள்ள பொருளை மேல போட்டு அந்த வீட்டு பொருளை இங்க எடுத்துட்டு வந்துருவோம். என்னை இதில் வற்புறுத்தாதே பிளீஸ். "

" சரி அப்போ இங்கேயே பிசினஸ் ஆரம்பிப்போம். இதுக்கு எதும் மறுப்பும் சொன்னீங்க கடிச்சுருவேன். "

" கடி.. கடியேன் பார்ப்போம். "

" சம்மதம் சொல்லுங்க "

" சம்மதம் மேடம். "

" சரி கீழ போய் தூங்குங்க. "

" ஒரு பெட் ரூமில் அம்மா அப்பா இருப்பாங்க. இன்னொரு ரூமில் அவ இருப்பா, நான் எங்க தூங்குவேன்? "

" சரி வாங்க தூங்கலாம். எனக்கு அலுப்பா இருக்கு "

" எனக்கு உன் ரூம் தான் வேணும். பக்கத்து ரூமில் நீ தூங்கு. "

" சரி வாங்க "

இன்றும் சாராவின் அறையே கிடைக்க, மித்ரன் நேற்றைய புத்தகத்தில் மீதியை வாசித்து விட்டு உறங்கி இருந்தான். காலை மகனை தேடி வந்த ஜோதி மித்ரன் கட்டிலில் தூங்குவதை பார்த்து அழுது இருந்தார்.

" ஏன் அத்த அவரை பார்த்து அழறீங்க? "

" கட்டில் மெத்தை பார்த்தாலே மித்ரன் முகம் ஒரு மாதிரி ஆகிடும். அவன் ரெண்டு வருஷம் ஆச்சு கட்டில் மெத்தையில் தூங்கி. கோவையில் அவன் ரூமில் கட்டில் மெத்தை இருந்தும், கீழ தரையில் தான் தூங்குவான். அவன் மனசில் அவ்ளோ காயம் இருந்து இருக்கு, இன்னிக்கி அவன் மெத்தையில் தூங்குறது பார்த்ததும் தானா அழுகை வந்துருச்சு. "

" எல்லாம் சரியாகிடும் அத்த, அவர் இப்போ சந்தோசமா தான் இருக்கார். வாங்க காஃபி போட்டு தரேன். "

" ஏன் சாரா ரெண்டு பேரும் ஒன்னாவா இருக்கீங்க? " அந்த கேள்வியில் சட்-டென சாரா பதறி போக,

" அச்சோ இல்ல அத்த.. அது அவர் கீழ கார்த்தி முகம் பார்த்து தூங்க முடி-யலன்னு சொன்னார் அதான் என் ரூமில் தூங்க சொன்னேன். நான் கார்த்திக்கு துணையா அவர் ரூமில் கீழ தான் தூங்குவேன். இன்னிக்கி நீங்க வரவும். மேல இருக்கிற இன்னொரு ரூமில் தூங்கினேன். கல்யாணம் இல்லாம வரம்பு மீற மாட்-டோம் அத்த "

" சாரா எதுக்கு இந்த பதட்டம்? நான் தெரிஞ்சுக்க தான் கேட்டேன். மித்ரன் பத்தி எனக்கு தெரியும் சாரா. இப்போ உன்னை பத்தியும் தெரியும். அவன் உன் ரூமில் படுக்கற அளவுக்கு நெருங்கி இருக்கானான்னு தெரிஞ்சுக்க தான் கேட்டேன். நீங்க சேர்ந்து இருந்தாலும் எனக்கு சந்தோசம் தான். ஏன்னா இலக்கியா ராத்திரி சில விஷயம் சொன்னா, நீ அவளோட பேசேன். என்னால அதை எல்லாம் உங்கிட்ட நேரடியா பேச முடியாது மா. "

" கண்டிப்பா பேசறேன் அத்தை. "

" காலை பூரி சுட்டு உருளைக்கிழங்கு
மசால் செய்து அனைவருக்கும் கொடுத்தவள். மித்ரனை மதிய உணவுக்கு வர சொல்லிவிட்டு நால்வருக்கும் விடைக்கொடுத்து இருந்தாள். அவளும் உணவை உண்டு இலக்கியாவை அழைக்க,

" ஹலோ, எப்படி இருக்க சாரா? "

" என் நம்பர் உங்ககிட்ட இருக்கா அண்ணி? "

" இருக்கு சாரா. மித்ரன் விஷயத்தை சொன்னதுமே நம்பர் வாங்கிட்டேன். எப்படி இருக்க சாரா? "

" நான் நல்லா இருக்கேன் அண்ணி. நீங்க பத்திரமா இருங்க, எதும் உதவி தேவையா இருந்தா ஒரு வார்த்தை சொல்லுங்க நான் அங்க வந்துறேன். "

" என் தம்பியை பத்திரமா பாரு அதான் உனக்கு பெரிய வேலை. இங்க என் அம்மா, உன் பெரியம்மா, அண்ணா எல்லாரும் இருக்காங்க."

" சொல்லுங்க அண்ணி, அத்தை உங்களோட பேச சொன்னாங்க ராத்திரி அத்தக்கிட்ட என்ன சொன்னீங்க? "

" அது வந்து சாரா.. இதை கேட்ட அப்புறம் உனக்கு கோவம் வரலாம். மித்ரன் உனக்கு வேண்டாம் கூட நினைக்கலாம். ஆனா இதான் உண்மை, உன்கிட்ட சொல்லாம இதை மறைக்கவும், மறைச்சு கல்யாணம் பண்ண யாருக்கும் விருப்பம் இல்ல. "

" அண்ணி.. பிளீஸ் சொல்லுங்க மித்ரனுக்கு என்ன? "

" அவனுக்கு உடல் உறவில் பயம். எதோ மாதிரி கட்டிலை வெறிச்சு பார்த்துட்டே இருந்தான். அவனை மன நல டாக்டர் கிட்ட கூப்பிட்டு போனோம். அங்க தான் கார்த்தி பேசினதை சொல்லி மித்ரன் அழுத்தான். டாக்டர் அவனுக்கு பல முறை சொல்லியும் அவனுக்கு நம்பிக்கை வரல. படத்தில் சின்னதா புருஷன் பொண்-

டாட்டி நெருங்கி இருக்கிற சீன் வந்தாலே எழுந்து ரூம் உள்ள போய்டுவான். அதனால் தான் தனியா பொள்ளாச்சி வரவும் பிரிட்ஜ், பைக் எல்லாம் கேட்டவன், டிவி வேணும் கேட்கல. அவனால் ஒரு பெண்ணை திருப்தி படுத்த முடியாதுன்னு அவன் நினைக்கிறான். அதுவே அவனை உடல் உறவுக்கு தகுதி இல்லாதவனா உணர வைக்குது."

" அவன் உன்னை நேசிக்கிறேன் சொன்னதும் எனக்கு ரொம்ப சந்தோசம். ஆனா கல்யாணத்துக்கு அப்புறம் நீங்க கணவன் மனைவியா வாழனும் இல்லையா? சந்ததி வளரனும் இல்லையா? குழந்தை கூட அப்புறம், அடிப்படை தாம்பத்தியம் இல்லாம எப்படி சாரா? உன் முடிவை யோசிச்சு சொல்லு சாரா. அவன் உன்னோட சந்தோசமா இருந்தா எங்களுக்கும் சந்தோசம் தான். இதுக்கு மேல இதை எப்படி சொல்றதுன்னு தெரியல சாரா "

" அண்ணி புரியுது.. ஆனா இந்த ஒன்றரை வருஷ தனிமை அவரை மாத்தி இருக்கலாம் தானே? "

" மாத்தி இருந்தா சந்தோசம். மாத்தாம போய் இருந்தா என்ன செய்ய சாரா? இதுவே உங்க அண்ணா விஷ்ணு சொல்லி தான் எனக்கு தெரியும். அவன் என் தம்பி அவன்கிட்ட எதை பேச முடியும் நான்? அதும் போக விஷ்ணு பேச கூச்சப்படுறார். வேற யாரும் இதை பேச முடியாது சாரா. நீ தான் பேசனும். இதில் உன் வாழ்க்கையும் இருக்கு. கார்த்தி உன் ஃபோட்டோ காட்டி நீங்க ரெண்டு பேரும் கல்யாணம் பண்ணிக்க போறீங்கன்னு சொன்னதும், மித்ரன்கிட்ட சாராவை விரும்புறியான்னு கேட்டேன். நேசத்தை ஒத்துகிட்டவன், கல்யாணம் வேண்டாம் சொல்லிட்டான். இப்போ என்ன முடிவில் இருக்கான்னு தெரியல "

" எனக்கு தாம்பத்தியம் கல்யாணம் வாழ்க்கையில் முக்கியம் தான் அண்ணி. ஆனா அது சரியா இருக்க புரிதல் வேணும். புரிதல் இருந்தா தான் மனசு சேரும். மனசு சேர்ந்தா தான் உடல் சேரும். வெறும் உடல் சேர்ந்து எங்களுக்கு என்ன பயன்? நான் அவரை இதுக்காக விலக மாட்டேன். அவரோட மனசை சரி பண்ண வேண்டியது என் பொறுப்பு."

" ஏற்கனவே இதில் காயப்பட்டு இருக்கான் சாரா. அவனை பத்திரமா பார்த்துக்க, அவ்ளோ தான் எங்களுக்கு வேணும். "

" கண்டிப்பா அண்ணி "

சாரா அலைபேசி வைக்க, மணி பத்து என்று காட்டியது. சமையல் வேலையை ஆரம்பித்தாள். மதிய சமையல் முடித்து குளித்து வந்து சோஃபாவில் படுத்தவள் உறங்கி இருந்தாள். மித்ரன் காலிங் பெல் கொடுக்கவும் எழுந்தவள் கதவை திறக்க, தூக்க முகத்துடன் நிற்கும் சாராவை பார்த்து சிரித்து இருந்தான்.

" எதுக்கு இப்போ இந்த சிரிப்பு? "

" சோம்பேறியா டிவி பார்த்து, ரொட்டி சாப்பிட்டு, தூங்கின பொண்ணு இப்போ வேலை செஞ்சு டையர்ட் ஆகிடுச்சு அதான் சிரிப்பு தாங்கல. "

" இந்த உடல் சோர்வு கூட சுகம் தான். சொன்னா உங்களுக்கு புரியாது. "

" நான் கல்யாணம் தேதி பார்க்க சொல்லி அம்மாகிட்ட சொல்லிட்டேன் சாரா. அம்மா கார்த்திக்கு எல்லாம் செய்து கொடுத்துட்டு, வார கடைசியில் தேதி குறிச்சுட்டு பொள்ளாச்சி வரேன் சொல்லி இருக்காங்க. கோவில் போய் சாமி கும்பிட்டு கல்யாண பட்டு எடுக்கனுமாம். அதுக்குள்ள வீட்டை சுத்தம் பண்ணி பைண்ட் பண்ண சொல்லி இருக்காங்க. நம்ம மேல, அம்மா அப்பா கீழ, மேல உன் இஷ்டம் போல செட் பண்ணிடுவோம். அம்மா, அப்பா வந்ததும் கீழ சமையல் செட் பண்ணிடலாம். அதுவரை இங்க இருக்கட்டும்."

" கை கழுவிட்டு வந்தா சாப்பிட்டே பேசலாம். எனக்கு பசிக்குது பா "

மித்ரன் அமர இருவருக்கும் பரிமாறி கொண்டு சாராவும் அமர்ந்தாள்.

" நான் வரதுக்கு முன்னாடியே சாப்பிட்டு இருக்கலாம் தானே? நான் தான் வேலைன்னு லேட். நீயாவது சீக்கிரம் சாப்பிட கூடாது? "

" சாப்பாடு நேரம் தாண்டுதுன்னு தெரியுது தானே? சீக்கிரம் வீட்டுக்கு வர கூடாது? இப்படி நேரம் தாண்டி வந்தா வேற என்ன செய்ய? நீங்க வந்தா தான் நானும் சாப்பிடுவேன். பொண்டாட்டி காத்து இருப்பான்னு இனிமேல் எண்ணம் வரும் தானே? சரியான நேரத்துக்கு வருவீங்க, ரெண்டு பேரும் ஒன்னா சரியான நேரத்தில் சாப்பிடலாம். இல்லையா உங்க வயிறு காயுற மாதிரி என் வயிறும் காயட்டும். "

" இதெல்லாம் எல்லாம் நாளும் முடியாது சாரா. எல்லா நாளும் முடியாது தான் மித்ரன். ஆனா முயற்சி செய்வீங்க தானே? வேலையை சீக்கிரம் முடிச்சுட்டு வர தோணும். "

" அதும் போக என் புருஷனுக்கு வைக்காம சாப்பிட முடியுமா? நீங்களும் நானும் ஒன்னு தானே? உங்களுக்கு இல்லாதது எனக்கு எதுக்கு? உங்க உடம்பை வீண் பண்ணிட்டு, நான் மட்டும் நேரத்து சாப்பிட்டு ஆரோக்கியமா இருந்து என்ன செய்ய போறேன்? "

மித்ரன் அவளுக்கு ஊட்டி விட, சாரா வாய் திறந்து வாங்கி இருந்தாள்.

17

மித்ரன் உண்டு சோஃபாவில் சாய்ந்து அமர்ந்திருக்க, சாரா அவன் அருகில் அமரவும் மடியில் படுத்து கொண்டான்.

" சொந்தமா ஆஃபீஸ் தொடங்கலாம் இல்லையா? சாப்பிட்டு கொஞ்ச நேரம் ஓய்வா இருக்க வசதியா இருக்கும். என்ன முடிவு செய்து இருக்கீங்க "

" முதலில் கல்யாணம், அப்புறம் தான் பிசினஸ். "

" நாளைக்கு ஆள் சொல்லிடவா? கீழ எதும் வேணும் பார்த்து சுத்தம் பண்ணி நான் அடுக்கிறேன். நீங்க ராத்திரி வந்து உங்க துணிகளை எல்லாம் மேல உள்ள ரூமில் செட் பண்ணிடுங்க. நாளைக்கே பைண்ட் பண்ண பேசிடுறேன்.."

" சரி சாரா. ஆனா நீ எதும் செய்யாத மேல் பார்வை பாரு போதும். "

" சரிங்க மித்துகுட்டி " சாராவின் அழைப்பில் மித்ரன் இதழ் விரிய, கன்னத்தில் சாரா இதழ் பதியவும் மித்ரனின் ஆண்மை விழித்து இருந்தது. சாராவின் இந்த நெருக்கம் அவனை கலவரமாக்க அவளின் முகம் பார்த்தான்.

" என்னாச்சு சாரா இன்னிக்கி? "

" ராத்திரி சொல்றேன். இப்போ படுங்க.. கொஞ்ச நேரம் தான் இருக்கு, வேலைக்கு கிளம்பனும் "

மித்ரன் வேலைக்கு கிளம்ப, சாரா அவனை வழியனுப்பி விட்டு, படுக்கை அறை சென்று கட்டிலை பார்த்தாள். கண்கள் கண்ணீரை சிந்த, கட்டிலை வெறித்து பார்த்து அமர்ந்து கொண்டாள். மாலை ஆகியும் இடத்தை விட்டு நகரவில்லை. மித்ரன் மாலை வர இருளால் குளித்து இருந்தது இல்லம். கீழே விளக்கை போட்டு, உடை மாற்றி, குளித்து, அவன் உடைகளை எல்லாம் மேலே வைக்க வேண்டுமென, எடுத்துக்கொண்டு மேலே வந்தான். மாடியிலும் விளக்கு இல்லை. மித்ரன் விளக்கை போட்டு சாராவை தேட,

சாரா அமைதியாய் இரு கால் குறுக்கி, முட்டியில் முகம் புதைத்து அமர்ந்து இருந்தாள்.

" சாரா " மித்ரன் அழைக்கவும் அவளின் முதுகு குலுங்க, மித்ரன் பதறி அவள் அருகில் வந்து தோள் தொட, அவனை அணைத்துக் கொண்டு கதறி இருந்-தாள். மித்ரன் பயந்து போய் அவளை ஆறுதல் செய்ய, அவளின் உடல் நடுக்கம் எடுக்க, மித்ரன் பதறி போய் சாராவை உலுக்கி இருந்தான். அதில் தெளிந்தவள், மீண்டும் அழ,

" என்னாச்சு மா? எதும் பழைய ஞாபகமா? எதையும் யோசிக்காத சாரா "

" எனக்கு இதை உங்ககிட்ட சொல்லணும் மித்ரன். அத்தை இன்னிக்கி அண்ணி கூட பேச சொன்னாங்க. உங்களை பத்தி எதோ விஷயம்னு சொல்லவும் அண்ணி கூட பேசினேன். அவங்க உங்களுக்கு உடல் உறவில் பயம் சொன்னாங்க. "

" சாரா? அதுக்கு தான் அழுதியா? "

" ச்ச.. இல்லப்பா.. உங்களுக்கு ஏன் உறவில் பயம் யோசிக்கவும் என மனசே தாங்கல. கல்யாணத்துக்கு அப்புறம் நம்ம உறவு எப்படி இருக்கும்னு பயப்படுறாங்க அண்ணி. "

" தெரியல சாரா. எனக்கு நிறைய வலி அதில், அவ்ளோ காதல் கார்த்தி மேல, ஒவ்வொரு முறை அவளோட கூடும் போதும், அவ உணர்வில் துடிக்கும் போதும் மனசு சந்தோசமா இருக்கும். அந்த அந்தரங்க நேரத்தில் ஆசை இருந்-தும் அவளை மென்மையா தான் எதும் செய்வேன். ராத்திரி பாதி முடிஞ்சு தான் எங்க உறவு முடியும். அவ கண்ணில் அப்போ எல்லாம் ஒரு சந்தோச தெரி-

யும். எங்க தாம்பத்தியம் அவ்ளோ நல்லா இருக்கு. அவளும் சந்தோசமா தான் இருந்தா, ஆனா சட்டுன்னு ஒரு நாள் என்னை ஒதுக்கி வெச்சா, கோவம் சரியா போய்டும் நினைச்சேன். "

" இன்னொருத்தன் கூட உடம்பில் துணி இல்லாம, கண்ணை மூடி சுகமா படுத்து இருந்தா அவ, அவன் மூர்க்கமா அவளோட உறவில் இருந்தான். பெரிய அதிர்ச்சி என்ன தெரியுமா? 4 மாசமா அவனோட, என் வீட்டில், நான் படுக்கர அதே இடத்தில் வேற ஒருத்தன் கூட இருந்து இருக்கா, அந்த நாலு மாசமும் உணர்வு இருந்தும், உரிமையும் இருந்தும் வற்புறுத்த கூடாதுன்னு நான் அமைதியா இருந்தேன். அவ வேற ஒருத்தன் கூட படுத்து சுகமா, சந்தோசமா இருந்து இருக்கா, அறுவருப்பா இருந்தது சாரா. அப்புறம் நான் ஆம்பள இல்லன்னு சொன்னதை ஜீரணம் செய்ய முடியல. அதில் வந்த வெறுப்பு எனக்கு உடல் உறவில் பிடிப்பு இல்ல. ஆனா இது மாறும் நம்புறேன். உடனே இல்லாம போனாலும் நம்ம உறவு சரியாகும் சாரா. எனக்கு நம்பிக்கை இருக்கு "

" ஆனா எனக்கு நம்பிக்கை இல்ல மித்ரன். "

" சாரா? என்னை நம்பு மா. நம்ம நல்லா இருப்போம். "

" எனக்கும் உடல் உறவில் பயம் மித்ரன். அதில் நான் பார்த்த எல்லாமே கொடுமையான நினைவுகளா என்னை இன்னும் துரத்திட்டு தான் இருக்கு. எனக்கு இப்போ பயமா இருக்கு பா. உங்களுக்கு சரியான மனைவியா இருக்க மாட்டேனோ தோணுது."

" நான் இருக்கேன் சாரா. அதை எல்லாம் சரி பண்ணிடலாம். உடல் உறவு நமக்கு முக்கியமா? அது இருந்தாலும் இல்லாம போனாலும் உன்னை விட்டு நான் எங்கேயும் போக மாட்டேன் மா. அதை யோசிக்காத. ரெண்டு பேருக்கும் காயம் இருக்கு. அதுக்கு மருந்தா நம்ம காதலும் அன்பும் இருக்கும்."

" என்னை பத்தி சொல்ல வேண்டிய நேரம் இது, கேக்கறீங்களா? "

" சரி அதுக்கு முன்னாடி சாப்பிடலாம். சாப்பிட்டு நிதானமா சொல்லு, பார்க்கவே சோர்வா இருக்க நீ, முதலில் எழுந்து முகம் கழுவு, நான் காஃபி போட்டு தரேன் அப்புறம் கடைக்கு போய் சாப்பாட்டு வாங்கிட்டு வரேன். சரியா? "

" ம்ம்.. சரி "

சாரா முகம் கழுவ செல்ல, மித்ரன் காஃபி போட்டு இருந்தான். இருவரும் அமைதியாக குடித்து முடிக்க,

" நாளைக்கு பைண்ட் பண்ண ஆளுங்க் வராங்க சாரா, என் ட்ரெஸ் எல்லாம் பெட்டில் இருக்கு, இதை இன்னொரு பெட் ரூம் இல்ல வை. நான் அடுக்கி வைக்கிறேன். "

" நான் அடுக்கி வைக்கிறேன். நீங்க எல்லாத்தையும் மேல கொண்டு வந்து போடுங்க. இனி உங்க துணியும் மெஷின்ல துவைப்போம். வேலை என் பொறுப்பு கவலை விடுங்க."

மித்ரன் அவனின் மீதி உடைகளையும் எடுத்து வந்து வைக்க, சாரா பக்கத்து அறையில் இருந்து கப்போர்டை நகர்த்தி போட சொன்னாள். மித்ரனும் சாராவும் அதை நகர்த்தி போட, சாரா அவளின் அறையில் உடைகளை அடுக்க தொடங்கி இருந்தாள்.

" ஏன் சாரா அந்த ரூமில் இருக்கட்டும்.. எதுக்கு இப்படி ஒன்னா? "

" இனி இப்படி தானே வாழ போறோம்? எதும் தானா மாறாது மித்ரன். நம்ம தான் மாத்த முயற்சி செய்யனும். "

" சரி மா முடிஞ்ச வரை அடுக்கு, நான் சாப்பாடு வாங்கிட்டு வரேன். "

மித்ரன் உணவு வாங்கி வரும் போது சாரா அனைத்தும் அடுக்கி, அவன் அழுக்கு துணிகளை துவைத்து எடுத்து காய போட்டு கொண்டு இருந்தாள். மித்ரன் உணவுகளை எடுத்து வைக்க இருவரும் அமைதியாய் உணவை உண்டு இருந்தனர். சாரா உடன் சமையல் அறை ஒதுங்க உதவி செய்து இருவரும் சாராவின் அறைக்குள் வர,

" சரி சாரா நான் அந்த ரூமில் தூங்குறேன். நீயும் சீக்கிரம் தூங்கு. காலையில நிறைய வேலை இருக்கு"

" நான் இன்னிக்கி உங்களோட இதை பகிரனும் மித்ரன். பிளீஸ்.. "

" பழசு வேண்டாம் சாரா. உன் முகம் சொல்றதுக்கு முன்னாடியே சோர்வா இருக்கு, அதோட எனக்கு கொஞ்சம் தெரியும் சாரா. கிஷோர் நம்ம கல்யாணம் பண்ணிக்க போறோம் சொன்ன அன்னிக்கு சொன்னான். உன் புருஷன் உன்னை நிம்மதியா ஒரு நாள் வாழ விடலன்னு, அவன் செத்தது தான் என் அக்காக்கு சாப விமோசனம் சொன்னான். தெரிஞ்சே உன் துக்கத்தை கிளற நான் தயாரா இல்ல சாரா. "

சாரா கெஞ்சலாக பார்க்க, அவள் அருகில் மெத்தையில் அமர்ந்து கொண்டான். சாரா அவன் தோள் சாய, தோளோடு சேர்த்து கொண்டான்.

" நாங்க அப்பர் மிடில் கிளாஸ் குடும்பம் மித்ரன். ரொம்ப ரொம்ப சந்தோசமா இருந்தேன் கல்யாணம் முன்னாடி வரை. நல்ல வேலை, நல்ல சம்பளம், கிஷோர் அப்போ எனக்கு பெட். அம்மாக்கு நாங்க மூணு பேரும் தான் உலகம். அப்பாக்கு என்னை ரொம்ப இஷ்டம். அப்பா நாலு பேக்கரி கடை வெச்சு இருந்தார். நல்ல வருமானம். வாரம் முழுக்க வேலை, வார கடைசியில் எண்ணெய் குளியல், கறி சோறு, தினம் அம்மா அப்பா மடியில் தூக்கம், கிஷோர் கூட செல்ல சண்டை இப்படி போய்ட்டு இருந்த வாழ்க்கையில் வந்துச்சு கல்யாணம். "

" அப்பா எத்தனையோ விசாரிச்சும் அவன் பேய் குணம் தெரியாத அளவுக்கு நடிச்சு எனக்கு மாப்பிள்ளை ஆகிட்டான். அப்பா எனக்கு எல்லா சீர் வரிசையும் செய்தார். நிறைய கனவும் ஆசையுமா கல்யாணத்துக்கு காத்து இருந்தேன். கல்யாணத்துக்கு முன்னாடி நானே அவனோட பேச நினைச்சாலும் பேச மாட்டான். நாலு வார்த்தையில் முடிச்சுடுவான். கல்யாணம் பண்ணா பேச தான் போறோம் நான் அதை பெருசு பண்ணல. "

"ரொம்ப பிரம்மாண்டமா கல்யாணம் நடந்தது. சீர் வரிசை பொருள் இறக்கி என்னை அவன் வீட்டில் விட்டாங்க. ஆங்.. அவன் பேரு மனோஜ். கல்யாணம் முடிஞ்சு சடங்கு எல்லாம் நடந்த அப்போ அவன் முகத்தில் சிரிப்பும் இல்ல, வெறுப்பும் இல்ல. அமைதியா இருந்தான். முதலிரவு அறைக்கு அனுப்பி விட்டாங்க, பதட்டம் பயத்தோட உள்ள போனேன். அங்க அவர் கட்டிலில் கால் மேல கால் போட்டு காலை ஆடிட்டு படுத்து இருந்தான். நான் பால் டம்ளர் கொடுக்க, முறைப்பா ஒரு பார்வை. நான் இந்தாங்க கொடுக்கவும், பக்கத்துல வை ஒரு சலிப்பான பதில். வெச்சுட்டு நிக்கவும் காலை தொட்டு கும்பிட சொன்னான். தொட்டு கும்பிடவும் கட்டிலுக்கு இழுத்து இருந்தான். எந்த ஆசை பார்வையும்,

வார்த்தையும் இல்ல. என் உடம்பில் இருந்து புடவையை உருவி இருந்தான். நான் அவனையே பார்க்க,

" எதுக்கு இப்படி பார்க்கிற? இதுக்கு தானே தனியா நம்மை விட்டு இருக்காங்க? காலை விரிச்சு வை "

இதான் அவன் என்கிட்ட பேசின முதல் முழு நீள வார்த்தை. அதுக்கு அப்புறம் வலி தான் தெரிஞ்சுது. இப்படி தான் வலிக்குமா? இத்தனை வேகமா தான் இருக்குமா? மத்த பொண்ணுங்க இதை தான் சந்தோசம் சொல்றாங்களா? இந்த வலி தான் அந்த சுகமான்னு எனக்குள்ள ஆயிரம் கேள்வி. என்னால அவனை தடுக்க முடியல, குழப்பத்தில் வலியில் முடிஞ்சு போய்டுச்சு என் முதல் இரவு. அதுக்கு அப்புறம் எங்களை தனியா வெச்சாங்க. மனோஜ் தம்பி காலேஜ் படிக்கிறான். அவன் இருக்கிற வீட்டில் நாங்க சந்தோசமா இருக்க முடியாதுன்னு சொல்லி தனியா வெச்சாங்க. அதுக்கு அப்புறம் அவன் ஒரு மிருகம், நான் இருக்கிற இடம் நரகம் எனக்கு தெரிய வந்தது."

" போதும் சாரா.. இதுக்கு மேல வேண்டாம் மா. உன்னை நீயே வருத்த வேண்டாம் விடு "

" இல்ல மித்ரன்.. எனக்கு எல்லாம் சொல்லி அழனும் இப்போ.. "

" சரி சொல்லு. ஆனா, உடல் நடுங்கி மயங்கி போக கூடாது. நிதானமா சொல்லனும். "

" ம்ம்.. அவனுக்கு ஆம்பள திமிர். பொண்டாட்டி நான் படுக்கவும், சமைக்கவும் தான். அவன் எனக்கு செஞ்ச ஒரே நல்லது என்னை வேலைக்கு போக சொன்னதும் என் சம்பளத்தை வாங்க மாட்டேன் சொன்னதும் தான். "

" தினம் மூணு வேலையும் புதுசா சமைக்கனும். அவனுக்கு தேவையான எல்லாமே செய்யனும். தலை குளிச்சு இருந்தாலும் அவன் கேட்டா படுக்கனும். ஆரம்பத்தில் என்னால தாங்க முடியல. ஆனா அப்பாவும் அம்மாவும் நான் நல்லா இருக்கணும் அவனுக்கு அவ்ளோ மரியாதை கொடுத்து, வேண்டியதை செஞ்சு, நல்லா பார்த்தாங்க. சரி ஒரு நாள் மாறுவான் வாழ ஆரம்பிச்சேன். என் ஒரு நாள் எப்படி இருக்கும் தெரியுமா? "

18

இரவு அடித்த போதையில் இன்னும் உறக்கத்தில் இருந்தான் மனோஜ். அவனின் உடையில்லாத உடலை போர்வை கொண்டு மூடி விட்டு, தன் வேலையை கவனிக்க சென்று இருந்தாள் சாரா. சமையல் அறைக்குள் சென்றவள் ஒரு பெருமூச்சை வெளியே விட்டு சமையலை தொடங்கி இருந்தாள். காலை உணவாக இட்லி, தேங்காய் சட்னி, தக்காளி குருமா என வைத்தவள் மதிய உணவுக்கு சாம்பார், பீட்ரூட் பொரியல், ரசம், சோறு என செய்து அனைத்தையும் ஹாட்-பாக்ஸ் உள்ளே அடைத்து கணவனுக்கும் அவளுக்கும் சாப்பாட்டை கட்டி வைத்து விட்டு, சமைத்த பாத்திரம் கழுவி ஓய்வாக அமர மணி எட்டு முப்பதாகி இருந்தது.

அவளுக்கு மூன்று இட்லியை பரிமாறி உண்ணலாம் என முதல் வாய் உண்ணும் முன் மனோஜின் சாரா என அழைப்பு வந்து சேர்ந்தது. கையை கழுவிட்டு அறைக்குள் செல்ல, அலைபேசியில் மூழ்கி இருந்தவன் அவள் வருவதை கண்டதும்.

" போய் மோரு ஒரு தம்ளர் கொண்டு வா. நான் குளிச்சுட்டு வரேன். "

" சரிங்க "

அதை தவிர அவளிடம் பேச எதுவும் இல்லை என்பது போல அலைபேசியை சார்ஜ் போட்டு விட்டு எழுந்தவன் அவன் இரவு கழட்டி போட்ட கைலியை எடுத்து கட்டிக் கொண்டு குளியல் அறை சென்று இருந்தான். சாரா மெத்தையை

சுத்தம் செய்து, மோர் அடித்து வைத்து அவனுக்கு காத்திருக்க, குளித்து வந்தவன் கையில் மோர் கொடுத்தாள். அவன் குடித்து விட்டு தம்ளர் தர அதை வாங்கி கொண்டு சென்றவள் அவனுக்கு உணவு பரிமாற இரண்டு இட்லியை உண்டு விட்டு, அவனின் மதிய உணவை எடுத்துக்கொண்டு வேலைக்கு கிளம்பி இருந்-தான். போய் வருகிறேன் என்று வார்த்தைக்கு கூட விடைப்பெறாது மனோஜ் சென்று இருக்க, சாரா மீண்டும் குளியல் போட்டு, ஆறிப்போய் இருந்த அந்த இட்லிகளை உண்டு. உடை மாற்றிக் வேலைக்கு கிளம்பி இருந்தாள்.

அலுவலகம் வந்து சேர சாராவை கண்ட முகங்களில் எல்லாம் புன்னகை. அது ஒரு விளம்பர கம்பனி. நாம் நெடுஞ்சாலையில் பார்க்கும் சிறிய பேனர்கள் முதல், ஓவ்வொரு பேருந்து நிறுத்தத்தின் பின் பெரிய பெரிய பேனர்கள் வரை, வடி-வமைத்து காட்சிக்கு கொண்டு வரும் வரை இவர்களின் உழைப்பு பெரியது. அந்த கம்பனியின் அட்மின் பொறுப்பில் இருக்கிறாள் சாரா. இவளை மீறி எந்த பிரச்சனையும் முதலாளியின் காதுகளுக்கு செல்லாது, செல்லவும் விடமாட்டாள். இவளோ ஹெச் ஆர் டீம் உடன் சேர்ந்து சம்பந்தப்பட்டவரிடம் பேசி பிரச்-சனையை சரி செய்து விடுவாள். அலுவலகத்தில் சாராவை கண்டால் மரியாதை செய்யாது எவரும் நகர மாட்டார்கள். அலுவலகத்தில் புலி என்றால், வீட்டில் எலி.

அன்றைய நாள் எப்போதும் போல் நகர, மாலை வந்ததும் சாராவின் முகம் கவலையாய் சுருங்கி போனது. அடித்து பிடித்து வீடு வந்து சேர்ந்தவள் கட்டிலில் விழ, கண்கள் ஒரு பக்கம் சோர்வில் அசர, மூளை நேரமாகிறது என்று செய்தி சொல்லவும். சட்டென எழுந்தவள் குளியல் அறை உள்ளே சென்று குளித்து உடை மாற்றி, வீட்டை பெருக்கி, இரவு உணவு வேலைகளை செய்ய ஆரம்-பித்து இருந்தாள். காலை செய்த குருமாவை சூடு செய்து, கொஞ்சமாக தேங்-காய் சட்னி அரைத்து முடிக்க, மனோஜ் வந்து இருந்தான். அவன் உடைகளை படுக்கை அறையில் கழட்டி போட்டு குளியல் அறை உள்ளே செல்ல, அதை எல்லாம் பொறுக்கி வாஷிங் மெஷின் உள்ள போட்டு அதை லோட் செய்து ஓட விட்டவள், அடுப்பில் கல்லை வைத்து இருந்தாள். தோசை சுடவும் உண்ண அமர்ந்தவன் குருமாவை பார்த்து விட்டு சாராவை பார்க்க,

" அது.. வீண் பண்ண வேண்டாம் தான் சூடு பண்ணி வைச்சேன். புதுசா மல்லி இலை போட்டு தேங்காய் சட்னி செய்து இருக்கேன்."

சாரா சொன்னதை செவி சாய்க்காது அவன் குருமா இருந்த பாத்திரத்தை தட்டி

விட, அது தரை தொட்டு உயிர் விட்டு இருந்தது. அவசரமாக உள்ளே சென்றவள் வெங்காயத்தை தாளித்து வெங்காய சட்னி செய்து இருந்தாள். இரண்டாம் தோசைக்கு இட்லி பொடி கொடுத்தவள் மூன்றாம் தோசைக்கு வெங்காய சட்னி தர, மனோஜ் உண்டு எழுந்து இருந்தான். பின் அந்த இடத்தை எல்லாம் சுத்தம் செய்து அவளுக்கு என இரு தோசை சுட்டு அதை அவசரமாக உண்டு. அவனுக்கு பால் காய்ச்சி கொடுத்து, உடைகளை காய வைத்து, பாத்திரங்களை கழுவி வைத்து குளித்து வந்து படுக்க மணி பத்து. உடம்பு உறக்கம் வேண்டி கெஞ்ச, மனோஜ் அவளின் இடை தடவி அவன் தேவை சொல்ல,

" நேத்து தானே செய்தோம்.. நாளைக்கு செய்வோமா? உடம்பு வலிக்குதுங்க "

" புருஷன் கூட படுக்க கூட நாள் கணக்கு பார்த்து தான் படுப்பியா நீ? அப்படி என்ன உடம்பு வலிக்கிற வேலை உனக்கு? மீறி போனா இருபது நிமிஷம் இதுக்கு போய் பேசிட்டு இருக்கா, திரும்பி படுடி "

" முடியாம தானே பா சொல்றேன்? "

சாரா வார்த்தையை முடிக்கும் முன்னே அவளின் கன்னத்தில் அவன் விரல் பதிய, மனோஜ் அவளின் நைட்டியை மேலே ஏற்றி இருந்தான். காமத்தின் எந்த படிநிலையும் தொடாது, முத்தம் கொடுத்து மோகம் சேர்க்காது. அவளின் யோனியில் நேராய் அவன் வேலையை தொடங்கி இருந்தான். சாரா வலியில் நகர, இடையை அழுத்தி அவன் வேகம் சேர்க்க, ஈரமே இல்லாத அவளின் பெண் உறுப்பு எரிச்சல் தர, காதலாய் நடக்க வேண்டிய கூடல். வன்புணர்வாக முடிந்து இருந்தது.

" அவ்ளோ தான்டி இதுக்கு போய் சும்மா.. " மனோஜ் படுத்து விட,

சாரா அவசரமாக குளியல் அறை சென்று இருந்தாள். நீரை வாரி வாரி இரைத்து பெண் உறுப்பை கழுவி எரிச்சலை அடக்க முயன்று, எரிச்சல் கொஞ்சம் மட்டுப்பட, கட்டிலுக்கு வந்தவள் கால் குறுகி படுத்து இருந்தாள். மீண்டும் நாளை விடியும்.. இதே போல இன்னொரு நாள் வலியும் வேதனையும் சேர்க்கும். சாரா அவளின் கல்யாண வாழ்வை நினைத்து சுயபச்சாதாபம் கொண்டு அழுது, சோர்வில் உறங்கி இருந்தாள்.

??????????????

" இப்படி தான் இருக்கும் எப்பவும், மாற்றமே இருக்காது. சொந்த தொழில் இஸ்டம் போல காசு, ஊதாரி மகன். அவன் சரியாக, பொறுப்பு வர ஒரு கல்யாணம். அதுக்கு நான் தான் பலியாடு இவங்களுக்கு, கல்யாணம் ஆன நாளில் இருந்து இதே ஓட்டம் தான், அதும் கொஞ்சமும் மாறாத ஓட்டம். "

" அத்தை, மாமா எல்லாம் மாசத்தில் ஒரு நாள் வருவாங்க. மனோஜ் தம்பி பிரவீன் என்னை பார்க்கிறதே வேற மாறி இருக்கும். ஆரம்பத்தில் சரியா போகும் இருந்த எனக்கு, கொஞ்ச நாள் கழிச்சு பழகி போய்டுச்சு. அம்மாவும் அப்பாவும் கண்டு பிடிக்காத மாதிரி அவங்க முன்னாடி மட்டும் நல்லா நடிப்பான். குறையே இல்லன்னு தோணும் வெளிய பார்க்கிற எல்லாருக்கும், ஆனா உள்ள வலி எனக்கு தான் தெரியும். அப்பாவையும் அம்மாவையும் ஏமாத்த கூடாது எல்லாம் சரியாகிடும் அமைதியாக இருந்தேன். ஆனா அப்பாக்கு அரசல் புரசலா விஷயம் தெரிய ஆரம்பிக்கவும் நான் கவனமா நடிச்சேன். "

" எனக்கு கல்யாணமாகி ஒரு வருஷம் கழிச்சு, அது ஒரு சனிக்கிழமை மதியம் எனக்கு அரை நாள் மீட்டிங். மனோஜ் வீட்டில் தான் இருந்தார். அன்னிக்கு அதிசயமா சமைக்க வேண்டாம் சொல்லவும். நானும் வெளியவே சாப்பிட்டு வருவோம் கிளம்பிட்டேன். அன்னிக்கி மதியம் வரவும் அப்பா அழுதுட்டே வெளிய வந்தார். நான் என்ன கேட்டும் விவரம் சொல்லல. நான் மனோஜ் கிட்ட கேட்டதுக்கு தண்ணி அடிச்சதை பார்த்துட்டார் சொன்னான். நான் அப்பாவுக்கு ஃபோன் பண்ணி சமாதானம் சொன்னேன். அது தான் நான் கடைசியா அவரை பார்த்ததும், பேசினதும் அதுக்கு அப்புறம் நான் பார்க்கவே இல்ல. எங்களை விட்டு நிரந்தரமா போய்ட்டார். "

" அப்பா போன வருத்தத்தில் அம்மாவுக்கு உடம்பு சரியில்ல. கிஷோர் அவன் காதலை சொல்லவும் அம்மா சம்மதம் சொல்லி அவனுக்கு கல்யாணத்தை பண்ணிட்டாங்க. அப்பா பேக்கரி எல்லாம் வித்து இடமா மாத்தி போட்டாங்க. ஒரு வருஷம் தான், அவங்களுக்கும் போனாங்க. பொறுப்பு முடிஞ்சு போய்டுச்சு போல, அப்பா கூடவே போய்ட்டாங்க."

" அதே கொடுமை, அதே சமையல், அதே வேலை. ஒரு முறை அன்பா எனக்கு ஊட்டி விட மாட்டாரா? ஒரு முறை நெஞ்சில் சாய முடியாதா? ஒரு முறை சிரிப்பை பார்க்க முடியாதா? ஒரு முறை கதை பேசி நிம்மதியா பொழுதை கழிக்க முடியாதா? சின்ன சிரிப்பு, சின்ன அணைப்பு, சின்ன கரிசனம், சின்ன அக்கறை

இப்படி எதும் இல்லாத வாழ்க்கை வெறுத்து போய் இருந்துச்சு. "

" இதுக்கு இடையில மாமியார் வேற குழந்தை வேணும் கேட்டு நச்சரிக்க ஆரம்-பிச்சாங்க. எத்தனை முறை முயற்சி செய்தாலும் என்னால அவனோட சந்தோசமா இருக்க முடியல. ரொம்ப யோசிச்சு அன்னிக்கு ராத்திரி உறவில் இருக்கும் போது கேட்டேன். "

??????????????

மனோஜ் வேகமாய் சாராவை புணர்ந்து கொண்டு இருக்க,

" ஏங்க கொஞ்சம் பொறுமையா செய்யுங்க. ஈரம் ஆகாம உள்ள விட்டு எடுத்தா வலிக்குது. கொஞ்சம் மெல்லமா செய்யுங்க "

" வேகமா வேணும் கேட்கிற பொண்ணுக்கு நடுவில் நீ என்ன மெதுவா கேக்குற? "

" அது அன்பா, காதலா செய்தா நல்லா இருக்கும் சொல்ல வந்தேன். அத்தை குழந்தை வேணும் கேட்டு இருக்காங்க. " சாரா சொன்னதை கேட்டு மனோஜ் சிரிக்க,

" இங்க பாரு புருஷன் விருப்பம் போல நடந்துக்க பழகு. எனக்கு இதான் பிடிக்-கும் என்னால அடக்க முடியாது. எனக்கு சீக்கிரம் வேற வராது அது வரை உன்னால பொறுக்க முடியாதா? "

" இல்லங்க.. நம்ம மத்த புருஷன் பொண்டாட்டி போல இல்லை தானே? எனக்கு உங்களை தொட, முத்தம் கொடுக்க, தோள் சாய எல்லாம் ஆசை. ஒரு நாள் ரெண்டு பேரும் ஒன்னா சாப்பிட்டது இல்ல. கட்டிலில் எந்த முன் விளையாட்டும் இல்ல. கடமைக்கு படுக்குற உணர்வு எனக்கு, மனசு நிறைஞ்சா வயிறும் நிறையும் சொன்னாங்க. அதான் கேட்டேன். "

" என்னால எல்லாம் உன்னை ராணி மாதிரி தாங்கிட்டு இருக்க முடியாது. பொம்பள டி நீ, ஆசையை அடக்கி பழகு. இது சினிமா இல்ல. புருஷனுக்கு கட்-டுப்பட்டு அவனுக்கு பிடிச்சது போல இரு போதும். பிள்ளைக்கு அவசரமா ரொம்ப? உன்னை கொஞ்சி கொஞ்சி படுக்கணுமா? வேற எவனையாவது அனுப்பி விடவா

கொஞ்ச? நான் தானடி பிள்ளை தரணும்? அப்புறம் என்ன? வாயை மூடிட்டு, அதை திறந்து படு. "

அன்றும் வலியாக, வெறுப்பாக, இது தான் தலையெழுத்து என உறவு முடிந்து போய் இருந்தது. சாராவிற்கு அனைத்தையும் சொல்லி அழ இருந்த ஒரே உறவு தம்பி தான். அவனும் திருமணத்திற்கு பிறகு மாறி இருந்தான். மற்ற பெண்களை பார்க்கும் போதும், மதிய இடைவெளியில் உடன் வேலை செய்யும் சக தோழிகள் அவர்களின் கணவர்களை பற்றி கூறும் போதும், அந்தரங்க விஷயங்களை கிண்டல் பேசும் போதும், சாரா கேட்டுவிட்டு அமைதியாக இருந்து விடுவாள். அதுவரை உடல் உறவு பற்றி அறிந்து கொள்ள நினைக்காதவள் அதன் பின் அதை பற்றி அறிந்து கொண்டாள். கூடலில் பெண்ணின் பங்கு என்ன? கூடல் என்றால் என்னவென்று அறிந்தவளுக்கு அவளின் வாழ்க்கை அடிமை வாழ்க்கை என்று புரிந்து போனது.

நாளை ஞாயிறு, இருவருக்கும் நான்காம் ஆண்டு திருமண நாள், இந்த நாளில் விடுமுறை போட்டு காலையில் இருந்தே படுக்கையில் கிடக்க சொல்வான் மனோஜ். சாரா வெறுத்து, மரத்து போன உறவில் எல்லாம் இயந்திரக்கதியில் தான் நடந்தது. அன்று சனிக்கிழமை காலம் அவளுக்கு பெரிய பெரிய அதிர்வுகளை தந்து அவளை முழுதாக உடைத்து போட காத்து இருந்தது.

19

அன்று சனிக்கிழமை அரை நாள் வேலை சீக்கிரம் முடிந்து இருக்க, வீடு வந்து சேர்ந்தவள் அவர்களின் படுக்கை அறையில் இருந்து வந்த பெண்ணின் முனகல் ஒலி கேட்டு நெஞ்சை பிடித்து அமர்ந்து இருந்தாள். ஆனால் அவன் தன் கணவன் என்ற வேகமோ, தன் வாழ்க்கையில் தான் ஏமாந்து போன வலியோ எதையும் உணரவில்லை சாரா. அமர்ந்து இருந்தவள் கதவை திறக்க, இருவரும் அதிர்ந்து அவளை பார்க்க, மனோஜ் தான் முதலில் சுதாரித்து கொண்டான். கட்டிலில் இருந்தவள் உடல் மறைக்க, இவனோ

" நான் கல்யாணத்துக்கு முன்னாடியும் இப்படி தான், கல்யாணத்துக்கு அப்புறமும் இப்படி தான். நாலு வருஷமா இதை செஞ்சிட்டு தான் இருக்கேன். ரெண்டு வருஷத்துக்கு முன்னாடியே உன் அப்பனுக்கு தெரியும். அன்னிக்கி அதுக்கு தான் அழுத்துட்டு போனான். உனக்காக என்னால எதையும் மாத்த முடியாது. வாழ மாட்டேன் போனா அப்படியே போய்டு. இப்போ ரூமை விட்டு வெளிய போ "

" நான் என் நைட்டியை மட்டும் எடுத்துட்டு போகட்டுமா? "

மனோஜ் அவளின் வார்த்தையில் சாரா முகம் பார்க்க, உணர்வே இல்லை. அழுது கூச்சல் போடுவாள், சண்டை நடக்கும் என்று நினைத்தவனுக்கு, அவளின் இந்த வார்த்தை அதிர்வை தர, அவளையே பார்த்து இருந்தான். உடையை எடுத்துக்கொண்டு அறை விட்டு சென்றவள் அமைதியாய் அடுத்த அறையில் உடை மாற்றி, மாவு அரைக்க கிரைண்டர் போட்டு விட்டாள். கை இயந்திரமாக வேலை பார்க்க, கண்கள் மட்டும் கண்ணீரை வெளியே விட்டு கொண்டே இருந்தது. மதிய சமையல் முடித்து இருந்த போது, மனோஜ் குளித்து உணவு உண்ண அமர்ந்து இருந்தான். உணவை பரிமாறி கொடுத்தாள். அமைதியாக உண்டவன் அவளையே

பார்க்க, அவளின் கண்ணில் நீர் வழிய வழிய துடைத்து கொண்டே அவனுக்கு பரிமாறுவதில் கவனமாக இருந்தாள்.

" உனக்கு என்மேல கோவம் இல்லையா? எப்படி இவளோ அமைதியா இருக்க? " மனோஜ் கேட்க,

" உரிமை உள்ள இடத்தில் தான் உணர்வு இருக்கும். எனக்கு உரிமையும் இல்ல, உணர்வும் இல்ல. உங்களால தான் எனக்காக மாற முடியாதே? அப்புறம் எதுக்கு சண்டை? நான் தான் சந்தோசமா இல்ல. நீங்களாவது சந்தோசமா இருங்க பா. "

" என்னால இதை விட முடியாது சாரா. கல்யாணத்துக்கு முன்னாடியே பொம்பள சுகம் தான் எனக்கு பெருசு. நிறைய பொண்ணுகளை பார்த்துட்டேன். கல்யாணம் பண்ணா சரியாவேன் நினைச்சு அம்மாவும் அப்பாவும் உன்னை கல்யாணம் பண்ணி வெச்சாங்க. ஆனா ஒரு வாரத்தில் உன் உடம்பு எனக்கு சலிப்பை கொடுத்துருச்சு. பழையபடி மனசு கேட்கவும் என் இஷ்டம் போல மறுபடியும் தொடங்கி இருந்தேன். உனக்கு விருப்பம் இல்லன்னா என்னை விட்டு போ எனக்கு கவலை இல்ல. "

" சீக்கிரமே எனக்கான பாதுகாப்பை உறுதி செய்துட்டு வெளிய போறேன். ராத்திரிக்கு மாவு குறையா இருக்கு சப்பாத்தி போடவா? " அவளின் கேள்வியில் மீண்டும் அதிர்வாக பார்த்தபடி மனோஜ் அமர்ந்து இருக்க, அவனுக்கு தட்டில் முட்டை பொரியல் வைத்து கொண்டு இருந்தாள்.

அந்த நொடியில் இருந்து வீட்டில் பெரும் அமைதி, சாரா மட்டும் நேரத்துக்கு அவனுக்கு காபி, இரவு உணவு என்று எல்லாம் செய்து கொடுத்தாள். காபி குடித்தவனுக்கு இரவு உணவு தொண்டையில் அடைக்க, அமைதியாக கட்டிலில் அமர்ந்து இருந்தான். அறைக்குள் வந்தாள் அவன் முன் நிற்க,

" கதறி அழனும் போல இருக்கு, நான் ஹாலில் படுத்துக்கவா இன்னிக்கி மட்டும்? உங்களுக்கு தொந்தரவு தராம தான் அழுவேன். "

" .... "

மனோஜ் பேச்சற்று அமர்ந்து இருக்க, சாரா ஹால் சென்று இருந்தாள். போர்வையை வாயில் மூடி அவள் அழ ஆரம்பிக்க அவளின் முதுகு மட்டும் குலுங்-

கியது. மனோஜ் அதை அறையின் ஜன்னல் வழியே பார்த்துவிட்டு, அமைதியாக போய் படுக்கையில் படுத்து இருந்தான். தினம் அருகில் இருக்கும் ஒருத்தி இல்லாதது உரைக்க, தூங்காது அந்த இரவை கழித்து இருந்தான்.

அன்று அவர்களின் திருமண நாள், சாரா குளித்து அவளின் வேலைகளை செய்ய, காலையில் வெளியே கிளம்பி போனவன் மாலையில் மருத்துவமனையில் இருக்கிறான் என்ற செய்தியில் தான் அவனை காண சென்றாள். இரு கால்களும் முட்டிக்கு கீழே நீக்க வேண்டிய நிலையில் அவனுக்கு ஆபரேஷன் நடக்க, சாரா இடிந்து போய் அமர்ந்து விட்டாள்.

ஆபரேஷன் முடிந்து அவனை பார்க்கவே அடுத்த நாள் காலையில் தான் முடிந்தது. மனோஜ் கண் திறக்க, அவன் முன் கண்ணீரோடு சாரா நின்று இருக்க, அன்று தான் முதல் முதலாக அவளின் கண்ணீர் அவன் உயிரை நனைத்து இருந்தது. காலம் கடந்து உயிர் நனைத்து யாருக்கு என்ன பயன்? சொந்த இல்லம் செல்லலாம் என்று மனோஜின் தாய் சொல்ல, சாராவும் சரியென கூறி இருந்தாள்.

அவனின் படுக்கையில் அவனை படுக்க வைக்கவும். சாரா சுடு நீர் கொண்டு வந்து உடல் துடைத்து விட்டாள். மனோஜ் அவளின் முகம் பார்த்துக்கொண்டு இருக்க,

" ஏன் இன்னும் இங்க இருக்க சாரா? ஏன் போகல? நான் உனக்கு வேண்டாம்? "

" காலம் கடந்து சொல்றீங்க மனோ "

" வேண்டாம் சாரா போ, இனி என்னோட பீ துணி கசக்கி போடுறதை தவிர வேற எந்த சுகமும் இருக்காது இங்க "

" முன்ன மட்டும் என்ன சுகம் கொடுத்தீங்க மனோ எனக்கு? "

" .... "

" இத்தனை நாளும் அப்பா, அம்மா மனசை நோகடிக்க கூடாதுன்னு, எப்பவாவது நீங்க என்னை புரிஞ்சு மாறிடுவீங்கன்னு, சட்டுன்னு இந்த உறவை உடைக்க கூடாதுன்னு உங்க மேல நம்பிக்கை வெச்சு காத்து இருந்தேன். ஒரு உறவை

உடைக்கிறது ரொம்ப சுலபம், அதை காக்குறது தான் கஷ்டம். எனக்கு உங்களை அவ்ளோ பிடிக்கும். நீங்க அடிச்சாலும் உதைச்சாலும் உங்க தேவைக்கு என்கிட்ட தான் வரீங்க, உங்களுக்கும் நான் பொண்டாட்டி உணர்வு இருக்குன்னு இவளோ நாளா எல்லாத்தையும் பொறுத்துட்டு இருந்தேன். அதான் போன வாரமே இல்லாம போய்டுச்சே, இப்போ உங்க மேல விருப்பம் இல்ல கடமை இருக்கு. "

" புரியல சாரா "

" இத்தனை நாளும் எதாவது மாறும் நினைச்சேன். இனி மாறாது நினைச்சு விலக நினைக்கவும் நீங்க இப்படி ஆகிட்டீங்க. இப்போ விலகினால் என்ன சொல்வாங்க? உங்க குறையை பார்த்து விலகி போனேன் சொல்ல மாட்டாங்க? எதோ இத்தனை நாளும் உங்க காசில் சாப்பிட்டு, உங்க பாதுகாப்பில் தானே இருந்தேன். அந்த நன்றிக்காவது உங்களுக்கு இனி துணை இருப்பேன். அது என் கடமை. "

" எந்த கடமையும் வேண்டாம் கிளம்பி போ "

" உங்களுக்கு தான் நான் பொண்டாட்டி இல்ல. நீங்க என் புருஷன் தான். இனிமேல் தான் உங்களால் அடிக்க முடியாதே? சுகத்துக்காக படுக்க முடியாதே? எப்பவும் போல சமைக்கனும், உங்களை கவனிக்கனும் அவ்ளோ தானே? கஷ்டம் இல்ல. "

அதன் பின் மனோஜ் பேசுவது இல்லை. சாரா அவனின் அத்தனை வேலைகளையும் துணை நின்று செய்தாள். குழந்தை போல அவனை சுத்தம் செய்து, குளிக்க வைத்து, உடை மாற்றி, பெரியவர்கள் அணியும் டைபர் அணிந்து விட்டு, உணவு கொடுத்து, மருந்து கொடுத்து உறங்க வைத்தாள். தினம் அவனின் பணிவிடை தான் அவளின் கடமையாக மாறி இருந்தது. மனோஜ் அம்மா வாய் அடைத்து கொண்டார். மகனை இந்த நிலையிலும் தாங்கும் மருமகளிடம் அனுசரணை காட்டி இருந்தார். பிரவீன் தொழிலை பார்த்துக் கொண்டான்.

அன்று இரவு சாரா வேலை எல்லாம் முடித்து மனோவின் கட்டிலின் கீழ் சிறு மெத்தை விரித்து படுத்து தூங்க, பாதி இரவில் அவளின் இடையில் விழுந்த கையில் சாரா திரும்ப, பிரவீன் படுத்து இருந்தான். சாராவின் வாயை மூடியவன் அவளிடம்,

" ஆரம்பத்தில் கஷ்டமா இருக்கும். அப்புறம் சரியா போய்டும். அவனால இனி

உன்னை சந்தோசமா வெச்சுக்க முடியாது சாரா. எனக்கு ரொம்ப நாளா ஆசை, சத்தம் போடாம ஒத்துழைப்பு கொடு. "

சாரா அவனை உதறி எழ, அறையில் எழுந்த சத்தத்தில் மனோஜ் விழித்து இருக்க, பிரவீனை கண்டதும் அவன் சாராவை பார்க்க, சாரா கண்ணீர் கண்க-ளோடு நின்று இருந்தாள்.

" இங்க என்ன பண்ற பிரவீன்? எதுக்கு இந்த நேரத்தில் வந்த? "

" அண்ணி தான் வர சொன்னாங்க. எதுக்குன்னு நான் சொல்ல வேண்டியது இல்ல. "

" சரி அம்மாவை கூப்பிடு. இதை சொல்லி இவளை வெளிய அனுப்பிடலாம். இனி இந்த நடத்த கெட்டவ இங்க இருக்க வேண்டாம். "

பிரவீன் அமைதியாக நிற்க, மனோஜ் அவன் மீது வாட்டர் பாட்டிலை விட்டு எறிந்து இருந்தான். பிரவீன் அமைதியாக சென்று விட, சாரா அவனை கையெ-டுத்து கும்பிட்டு விட்டு கீழே அமர்ந்து இருந்தாள். அவளின் தலை வருடியவன்,

" என் பொண்டாட்டி எப்படின்னு நாலு வருஷம் வாழ்ந்த எனக்கு நல்லாவே தெரி-யும். போய்டு சாரா இந்த நொண்டி உன்னை இந்த அறையில் தான் காப்பாத்த முடியும். என் கை மீறி அவன் போனால் உன்னை காப்பாத்த கூட முடியாது. "

" பணத்துக்காக, சாப்பாட்டுக்காக எல்லாம் இங்க இருக்குல நான். என் புருஷன் உங்களுக்காக இருக்கேன். என்னை எனக்கு காப்பாத்திக்க தெரியும். " அவளின் பதிலில் மனோஜ் கண்ணீரோடு அமர்ந்து இருக்க, கண் துடைத்து படுக்க வைத்து இருந்தாள்.

அதன் பின், பிரவீன் தொந்தரவு இல்லாமல் இருக்க, மனோவோ உடல் நிலையில் மந்தமாகி கொண்டு இருந்தான். படுத்து இருந்ததில் அவன் முதுகில் சூடு புண்-ணாகி பெரிய இன்ஃபெக்ஷனாக, அதில் வந்த உடல் நல குறைவில் அன்னம் தண்ணி இன்றி மெலிந்து போனான். ஹாஸ்பிடலில் அவனின் நாட்கள் கழிய, சாரா அவனோடே நாட்களை கழித்துக்கொண்டு இருந்தாள். அன்று அவனுக்கு பயங்கர காய்ச்சல், உயிர் அவனிடம் இருந்து விடைபெற துடித்து கொண்டு இருந்-தது. சாரா அவனின் கை பிடித்து அமர்ந்து இருந்தாள். மெல்ல கண் திறந்தவன்,

" சாரா, சீக்கிரமே உனக்கு என்கிட்ட இருந்து விடுதலை. நிம்மதியா இரு இனி-மேலாவது. எனக்கு இப்போ உன்னை ரொம்ப பிடிச்சு இருக்கு சாரா, உன்-னோட நல்லா வாழ ஆசையா இருக்கு. உனக்கு அருமையான கை பக்குவம். எப்பவும் உன் சமையல் நல்லா இருக்கும், நீ ரொம்ப நல்ல பொண்ணு சாரா. இன்னொரு கல்யாணம் பண்ணிக்கோ, சந்தோசமா இரு. இன்னொரு ஜென்மம் இருந்தா, உன் காலுக்கு செருப்பா பிறக்கனும் எனக்கு, என் சொத்தில் பாதி உன் பெயரில் எழுதி இருக்கேன் மறுக்காம வாங்கிக்கோ. பத்திரமா இரு. உன்னை மிஸ் பண்ண போறேன் சாரா. லவ் யூ. " மனோஜ் பேசி முடிக்க, சாரா கண்ணில் நீர் வர, மனோஜ் கண்கள் அவளை பார்த்து இருக்க, கைகள் கண்ணீர் துடைக்க வந்து பாதியில் துவண்டு போய் இருந்தது. மனோஜ் உயிர் பிரிந்து இருக்க, சாரா வாய் விட்டு அழுது இருந்தாள். மனதில் இத்தனை நாளும் இருந்த துக்கம் எல்-லாம் வெளியில் வர, அப்பா, அம்மா, அவளின் ஏமாற்றம், வலி, மனோஜ் என அனைத்தையும் எண்ணி எண்ணி அழுது தீர்த்தாள்.

20

"அதுக்கு அப்புறம் பிரவீன் பார்வையில் மாற்றம். சொத்தில் பிரச்சனை வருதுன்னு தெரிஞ்சதும் எனக்கு மனோஜ் எழுதி வெச்ச பணத்தில் பாதி தான் கொடுத்தான். அவன் பணம் கொடுத்ததும், தம்பி இருக்கான் நம்பி வீட்டை விட்டு வந்துட்டேன். இங்க வந்தா அவன் பொண்டாட்டி தொல்லை. அவளை விட்டு கொஞ்ச நாள் கோவையில் இருந்தேன். அங்க இருந்த லைப்ரரி தான் எனக்கான தெளிவை தந்தது."

" எல்லாருக்கும் தனிமை வரும் மித்ரன். அந்த தனிமையில் நம்ம எதை தேடி போறோம் அப்படிங்கறது தான் முக்கியம். யாரும் இல்லாத தனிமை, ஞானம் கொடுக்கும், அந்த ஞானம் பொறுமையையும் பக்குவத்தையும் தரும். பக்குவம் வந்த அப்புறம் அடுத்தவன் உணர்வு புரியும், உணர்வு புரிய அன்பு வரும். அன்பு இருக்கிற இடத்தில் தான் மகிழ்ச்சி வரும். அதும் நெஞ்செல்லாம் நிறைக்கிற மகிழ்ச்சி. "

" என் தனிமையை அங்க தான் விட்டேன். ஊர் சுத்தினேன், இது வரை என்ன என்ன ஆசை இருந்ததோ அதை எல்லாம் வாங்கி, பார்த்து, கேட்டு, சாப்பிட்டு இப்படி சென்னையில் இருந்து பொள்ளாச்சி வந்தேன். இந்த ஊரும் இயற்கையும் பிடிச்சு போக இங்கேயே வீடு வாங்கினேன். தம்பிக்கு சொன்னேன், அந்த கதை தான் உங்களுக்கு தெரியுமே? "

" எனக்கு உடலில் எதும் குறை இருக்கான்னு எல்லா டெஸ்டும் எடுத்து பார்த்தேன். யோகா செய்தேன். மனசை அமைதியா வெச்சுக்க டூர் போனேன். எங்கேயாவது அமைதியா ஒரு இடத்தில் தனியா உக்கார்ந்து இருப்பேன். நம்ம வீட்டில்

இருக்கிற பால்கனியில் உக்கார்ந்து தூரத்தில் இருக்கிற மலைகளை பார்ப்பேன். நிறைய வாசிப்பேன். "

" எல்லா வசதியும் வீட்டுக்கு செய்தேன். ஒவ்வொரு முறையும் இந்த கட்டிலில் தூங்கும் போதெல்லாம் சுதந்திறமா இருக்கோம் தோணும். அப்பா எனக்கு போட்ட நகையை வித்து இந்த வீட்டை வாங்கினேன். என்னோட சீரா கொடுத்த பொருளில் கட்டிலை தவிர எல்லாம் என்கிட்ட இருக்கு. அவன் பணம் முழுக்க அவன் பெயரில் ஊனம் உள்ள பிள்ளைகளுக்கு தானமா கொடுத்துட்டேன். என் சம்பளத்தில் சேர்த்த பணத்தில் இருந்து வர பங்க் வட்டியும், வீட்டு வாடகையும் தான் என் செலவுக்கு, எனக்கு அவன் மேல கோவமும் இல்ல, பரிதாபமும் இல்ல. என் அப்பா, அம்மாவை தேடும் சில நேரம் அப்போ எல்லாம் வலிக்கும். அவனுக்கு நான் கொடுத்த பெரிய தண்டனை மன்னிப்பு தான். "

" வெறுப்பும் சலிப்பும் இல்லாத என் வாழ்க்கையில் நீங்களும் உன் நட்பும் கிடைச்ச அப்போ அவ்ளோ நிம்மதி. நீங்க ரெண்டு மாசம் முன்னாடி ஊருக்கு போற அப்போ பத்திரமா இரு சொன்னீங்க இல்ல? உங்க கண்ணில் என்மேல உங்களுக்கு இருக்கிற அன்பு அப்படியே தெரிஞ்சுது. அந்த வாரம் உங்களை நானும் தேடினேன். மனசு என் கட்டுக்குள்ள இல்ல, ஆதரவு தேடின நெஞ்சை அடக்கி வைக்க நான் திண்டாடும் போது என்னோட வா சாரான்னு நீங்க கூப்பிட்டதும் என்னால தாங்க முடியல. நீங்க ஊட்டி விட்டது. என்னை பார்த்துக்க லீவ் போட்டது, என்னை தாங்கினது எல்லாம் என் நெஞ்சில் இருக்கிற காதலை வெளிய கொண்டு வர ஆரம்பிச்சு இருந்தது. "

" கிஷோர் கோவத்தில் உனக்கு யாரும் இல்லன்னு சொன்னதும். நான் எனக்கு மித்ரன் இருக்காரு அவரை கல்யாணம் பண்ண போறேன் சொன்னதும் கிஷோர் எதுவும் பேசல. ஆனா வீம்புக்கு என்னோட சண்டை காட்டினான். நானும் அன்னிக்கு கோவத்தில் என் காதலை உங்களுக்கு சொல்லி இருந்தேன். நான் தூங்கிட்டேன் நினைச்சு அவன் என் கால்கிட்ட உக்கார்ந்து அன்னிக்கி ராத்திரி அழுதான். அவன் என்னை பேச வெச்சு இருக்கான் அன்னிக்கே புரிஞ்சு போய்டுச்சு. அப்புறம் அவனுக்கான சொத்தை பிரிச்சு கொடுத்துட்டு என் பங்கை எடுத்துட்டு வந்துட்டேன். கிளம்பும் போது கல்யாணத்துக்கு கூப்பிடு அக்கான்னு சொல்லிட்டு தான் வழியனுப்பி விட்டான். "

" எனக்கும் பயம் உண்டு மித்ரன் இந்த உடல் உறவு சொன்னாலே பயம். கதையில் படத்தில் பார்க்கிற உடல் உறவு இல்ல. இங்க90 சதவீத பெண்களுக்கு,

உடல் உறவு பற்றிய அறியாமை, தெரிஞ்சாலும் உணர்வு வந்தா புருஷனை கேட்க முடியாத கூச்சம், கேட்டு உடல் உறவில் இருந்தாலும் அதில் உச்சம் பார்க்க முடியுதா அவலம். அதை சொன்னா எங்க புருஷன் அவனை அவனே குறுக்கி கஷ்டப்படுவானோ சொல்ல கவலைப்பட்டு தன் சுகத்தையும் வேண்டாம்னு மறுக்கிற பெண்கள் தான் இங்க அதிகம். எல்லாம் தாண்டி வெளியில் சுகம் தேடும் பெண்களும் உண்டு. அதில் அந்த நேரத்துக்கு மட்டுமான புரிதலும் காமமும் தான் இருக்கும். அது அசிங்கம் தெரிஞ்சும் உடல் சுகம் அதை ஏத்துக்க வைக்கும்."

" போதும் சாரா.. மணி 12 ஆச்சு பாரு, பேசிட்டே இருந்தா துக்கம் தீராம வந்துட்டே தான் இருக்கும். நீ ரொம்ப கஷ்டப்பட்ட மா போதும். உன்னை நெஞ்சில் தாங்குவேன் சாரா. நாலு மாசமே ஆறாத காயம் எனக்கு, கல்யாணமான நாளில் இருந்து நாலு வருஷமும் காயம் உனக்கு, கடவுள் உன்னை எனக்கும் என்னை உனக்கும் தான் ஆறுதல் சொல்ல படைச்சு இருக்கான். நீ இனி எப்பவும் சந்தோசமா வாழனும் சாரா."

சாரா அவன் நெஞ்சில் சாய்ந்து விட, மித்ரனின் கண்களும் நெஞ்சமும் கண்ணீர் வடித்தது. இத்தனை பொறுமையும் பக்குவமும் கார்த்தியிடம் இருந்து இருந்தால் மித்ரன் நன்றாக வாழ்ந்து இருப்பான். சாரா கார்த்தி போல முன்பே மனோவை விட்டு வந்து இருந்தால் நன்றாக வாழ்ந்து இருப்பாள். சோதனை எல்லாம் நல்லவர்களுக்கு தான் போல, அவளின் தலை வருடி உறங்க வைத்து இருந்தான்.

காலை மித்ரன் முதலில் எழுந்து காபி, காலை சமையல் எல்லாம் முடித்து இருக்க, சாரா எழுந்து வந்தாள். மித்ரன் அமர்ந்து செய்தித்தாள் வாசிக்க அவன் மடியில் வந்து மீண்டும் படுத்துக் கொண்டாள்.

" என்னாச்சு சாராக்கு? இப்படி சோர்ந்து சோர்ந்து அவ படுக்க மாட்டாளே? "

" மனசில் உள்ளதை எல்லாம் உங்களுக்கு சொல்லிட்டேன். இதில் பாதி தான் கிஷோருக்கு தெரியும். எல்லாம் சொன்னதும் துக்கம் மட்டும் இன்னும் போகாம நெஞ்சில் நிக்குது. ஏமாந்து போய்ட்டேன் மித்ரன் நாலு வருஷமா ஒருத்தன் என்னை ஏமாத்தி இருக்கான். என் அப்பா பார்த்தவர் என்கிட்ட சொல்லிட்டு செத்து இருக்கலாம். அவருக்கு அவரோட தப்பும், பொண்ணு வாழ்க்கை போன துக்கமுமே பெருசா போய்டுச்சு. அவர் தானே பார்த்து கட்டிக்கொடுத்தார் என்னை தனியா விட்டு போய்ட்டார் பார்த்திங்களா? "

" என் தங்கம் இல்ல.. அதை யோசிக்காத மா. இப்போ உன் அப்பாகிட்ட சொல்லு, உங்க மாப்பிள்ளை பெயர் மித்ரன். என்னை உயிரா நேசிக்கிறான். என்னை என்னிக்கும் ஏமாத்த மாட்டான். நல்லவன் சொல்லு "

" சொன்னா அவருக்கு கேட்குமா மித்ரன்? நான் நல்லா வாழ போறதை பார்க்க ரெண்டு பேருக்கும் கொடுத்து வைக்கல பாருங்களேன்? "

" என்னை பாரு சாரா.. எதுக்கு இவளோ துக்கம். பெண்ணுக்கு தேவை தெளிவும் நிமிர்வும். என் சாரா தெளிவான பொண்ணு. பழசை யோசிச்சு வர போற நாளை நரகம் பண்ணாத. என்னாலையும் தான் தாங்க முடியல. ஆனா அதுக்காக அழுதா இப்போ சரியாகுமா? நீ தான் நான் அழும் போது இதை சொன்ன? எழுந்து போய் குளிச்சுட்டு வா, சாப்பிட்டு கீழ ஒதுங்க வைக்கனும். வேலை தலைக்கு மேல இருக்கு சாரா. சோர்ந்து உக்கார இது நேரமில்ல. "

சாரா குளித்து வரவும் சூடாக இடியாப்பம் தேங்காய் பால் கொடுத்தான். அவனும் உணவை உண்டு, இருவரும் கீழே வந்து முடிந்த வரையில் ஒதுங்க வைத்து விட்டு அவனின் புத்தகங்களை அவளின் புத்தக அலமாரியில் வைத்தனர். பின் கீழே என்ன நிறத்தில் பைண்ட் வேண்டும் என தேர்வு செய்து சொல்ல வேலை தொடங்கி இருந்தது. மித்ரன் அன்று மதிய உணவை வெளியில் வாங்கி கொடுத்து, அவளுக்கும் ஊட்டி விட்டு உறங்க சொன்னான். மித்ரன் வேலைகளை இன்று வீட்டில் இருந்தே பார்க்க, சாரா உறங்கினாள். உறங்கும் அவளை பார்த்தவன் கண்கள் மெல்ல ஈரமாக பால்கனியில் சென்று நின்று இருந்தான். மனதில் எண்ணங்கள் ஓட, தெளிவும் முடிவும் எடுத்து கொண்டான்.

தூங்கி எழுந்து வந்தவள் அவனை பின் இருந்து அணைத்து கொள்ள, திரும்பியவன் அவளை பார்த்து மென்னகை சிந்த, சாரா காஃபி வேண்டும் என சொல்லவும் அவளுக்கு காஃபி கலந்து கொடுத்தான். இப்படியே இரண்டு நாட்களும் பெய்ண்ட்டிங் வேலை நடக்க, மித்ரன் சாரா உடனே தங்கி இருந்தான். பெய்ண்ட்டிங் வேலை முடிந்து இருக்க, அமுதா அக்காவை வேலைக்கு அழைத்து இருந்தாள். மித்ரன் முறைக்க, அமுதா மன்னிப்பு கேட்கவும் மித்ரன் எதுவும் பேசாது செல்ல, சாரா அவரை சமாதானம் செய்து இருந்தாள். கீழே வீட்டில் உள்ள பாத்திரங்கள் சுத்தம் செய்து, வீட்டை கழுவி, அங்கு இருக்கும் சமையல் அறையில் முக்கியமான சில பொருட்களை மட்டும் வாங்கி அடுக்கி வைத்தாள். பின் மேலே வேலை தொடங்க, ஒவ்வொரு அறையாக சுத்தம் செய்து பைண்ட் அடித்து வீட்டை இருவருக்கும் பிடித்த மாதிரி மாற்றி இருந்தனர். வீட்டின் வேலை முடிந்து

இருக்க, அன்று ஞாயிறு காலை, மித்ரன் காலையில் சென்று நெத்திலி மீன் தேடி வாங்கி வந்து இருந்தான்.

சாரா அவள் அறையில் இருந்து எழுந்து வரவும், அவளிடம் மீன் குழம்பு வேண்-டும் என்று சொல்ல,

" இன்னிக்கி வெளிய போலாம் இருந்தேன். "

" எதுக்கு? "

" இந்த காரை மாத்திட்டு புது கார் எடுக்க "

" அந்த கார் யாரோடது? "

" என்னோடது தான். எங்க அப்பா எனக்காக வாங்கினது. மனோஜ் வேண்டாம் சொல்லவும் கிஷோர் வெச்சு இருந்தான். வீடு வாங்கவும் எனக்கு கொடுத்துட்-டான். "

" இப்போ எதுக்கு அதை மாத்தனும்? நல்லா தானே இருக்கு? "

" நல்லா இருக்கு பெருசா இல்லையே? நம்ம வீட்டில் உள்ள எல்லாருக்கும் இது பத்தாது. அதான் பெருசா எடுப்போம் ஐடியா "

" மீன் குழம்பு வேணும் சாரா "

" கார் பார்க்க போலாம் பா "

" ரெண்டும் செய்வோம். நீ எனக்கு குழம்பு வெச்சு கொடு, நான் உன்னை ஷோரூம் கூப்பிட்டு போறேன் அதுக்கு முன்னாடி எந்த கார் வாங்கலாம் பார்த்து வைக்கிறேன். ரொம்ப முக்கியமா பாதி காசு என்னோடது வாங்கிக்கனும். "

" சரி ஓகே "

சாரா மீன் குழம்பு வைக்க உண்டவன் பாராட்டி வாய் ஓய்ந்து போய் இருந்தான். உண்டதும் மித்ரன் அவள் படுக்கையில் விழுந்து உறங்கி இருந்தான். சாரா

அனைத்தையும் ஒதுங்க வைத்து, சிறிது நேரம் டிவி பார்த்து, அடுத்த அறையில் குளித்து உடை மாற்றி, கிளம்பி அமர்ந்திருக்க மித்ரன் எழுந்து வரவில்லை. பொறுமை போய் சாரா அறைக்குள் போக நிம்மதியாய் குறட்டை விட்டு உறங்கி கொண்டு இருந்தான். சாரா அவன் அருகில் அமர்ந்து உறங்கும் அவனை பார்த்திருக்க, மித்ரன் எழும் போது மணி 6.17.

எதிரில் கன்னத்தில் கை வைத்து நாற்காலியில் அமர்ந்து இருக்கும் சாராவை பார்த்து மித்ரன் தலையில் கை வைக்க, தலையணையை அவன் மேல் எறிந்து இருந்தாள். மித்ரன் அடி வாங்கி சிரிக்க, சாரா முகம் திருப்பி கொண்டு ஹாலுக்கு சென்று இருந்தாள். மித்ரன் கிளம்பி வரவும் அவன் கையில் காபியை கொடுக்க, மித்ரன் முகத்தில் புன்னகை.

" தாங்க்ஸ் சாரா "

" கோவத்தை கிளப்பாம சும்மா இருங்க பா. எவ்ளோ நேரம் உக்கார்ந்து இருக்கேன் தெரியுமா? 148 முறை குறட்டை விட்டு இருக்கீங்க நான் வந்து உக்கார்ந்ததில் இருந்து, சிரிக்காம சீக்கிரம் வாங்க "

மித்ரன் புன்னகையுடன் முன்னே சென்று கார் எடுக்க, சாரா கதவடைத்து அவனோடு கிளம்பி இருந்தாள்.

21

ஹூண்டாய் ஷோரூம் முன் கார் நிற்கவும் சாரா மித்ரனை பார்க்க,

" அல்காசர் எடுக்கலாம் என் முடிவு. ஆறில் இருந்து ஏழு பேர் உக்கார முடியும். எனக்கு மெட்டாலிக் கலர் வேணும். உனக்கும் பிடிச்சு இருந்தா வாங்கிப்போம்."

" அப்போ எல்லாம் முடிவு பண்ணிட்டு தான் சாப்பிட்டு தூங்கி இருக்கீங்க இல்ல? "

" சாரி மா, நீயும் தூங்கி இருக்கலாம் இல்ல? "

" எனக்கு மதியம் தூக்கம் அவ்ளோ சீக்கிரம் வராது. நான் நிறைய ஷோரூம் ஏறி இறங்க வேண்டியது இருக்கும்னு நினைச்சேன். சரி வாங்க காரை பார்ப்போம். "

" ஆமா விலை எவ்ளோ மித்ரன்? "

" அதுவா முக்கியம்? "

" கிஷோருக்கு மெசேஜ் பண்ணேன் அப்பா நினைவா இருக்கிற காரை விக்க வேண்டாம் தோணுச்சு. அவன்கிட்ட கேட்டேன் அவனுக்கு தர சொல்றான். அவன் அஞ்சு லட்சம் தருவான், அதுபோக 6 லட்சம் என்கிட்ட இருக்கு, மீதம் எவ்ளோ வேணும் சொல்லுங்க. "

" அப்படியா அஞ்சு லட்சம் போதும் அப்போ, அதை மட்டும் கொடு மீதியை

நான் பார்த்துக்கறேன். "

மித்ரன் சொல்லவும், அலைபேசியில் அதன் விலையை பார்த்தவள்,

" என்னப்பா 20 லட்சம் போட்டு இருக்கு?! "

" நீ சும்மா இரு சாரா. உனக்கு பிடிச்சு இருக்கா? இல்லையா அதை சொல்லு போதும். நான் பார்த்துக்கறேன். "

" இல்ல வேண்டாம். நீங்க தொழில் தொடங்க காசு வேணும் பா, சும்மா விளையாடதீங்க "

" சாரா.. நானும் பாதி தான் காசு போட போறேன். கார்த்திக்கு கார் தரணும் என் சேமிப்பு எல்லாம் ரெண்டு வருஷம் முன்னாடியே காலி. இப்போ கையில் மூணு லட்சம் தான் இருக்கு. விஷ்ணு மாமா எனக்கு தர வேண்டிய மூணு லட்சம் தரேன் சொல்லி இருக்கார் அதுவும் வந்தா தான் கையில் காசு "

" அப்போ மீதி பணம் எப்படி வரும்? "

" உன் மாமானார் தர போறார். ரொம்ப நாளா அவர் விக்க முயற்சி பண்ண இடத்தை வித்துட்டார். அதில் தான் அக்காக்கும் எனக்கும் காசு கொடுக்க போறார். அதுக்கு தான் நம்ம கார் எடுக்க போறோம். நீ வந்த நேரம் தான் வீட்டுக்கு லட்சுமி வந்து இருக்காலாம் அதான் மருமகளுக்கு பரிசா கொடுக்க சொன்னார்."

சாரா இன்முகத்தோடு மித்ரன் முகம் பார்க்க, மித்ரன் அவளை கை பிடித்து ஷோரூம் உள்ளே அழைத்து சென்று இருந்தான். ஸ்டாரி நைட் என்னும் நீல நிறம் பார்த்து எடுத்து இருந்தனர். அதே நிற கார் அவர்களின் கூடோனில் இருக்க, மூன்று அல்லது நான்கு நாட்களில் டெலிவரி கிடைக்கும் என்று சொல்ல, மறுநாள் வந்து பணம் செலுத்துவதாக கூறி விடைபெற்று கொண்டனர். இரவு உணவாக ஐஸ் கிரீம் கேக் போதும் என உண்டு இல்லம் வந்து இருந்தார்கள் இருவரும்.

மித்ரன் பாலோடு அறைக்குள் வர, சாரா அவனை கண்டு சட்டென சிரித்து இருந்தாள். மித்ரன் கேள்வியாக புருவம் சுருக்கி பார்க்க,

" முதலிரவுக்கு பால் கொண்டு வர பொண்ணு மாதிரி பொறுமையா நடந்து வந்தீங்களா அதான் சட்டுன்னு சிரிப்பு வந்துருச்சு "

" பால் சூடா இருக்கு அதான் அதில் கவனமா இருந்தேன். அம்மா, அப்பா, அக்கா, மாமா எல்லாரும் நாளைக்கு சாய்ந்தரம் வீட்டுக்கு வராங்க. நம்ம கல்யாணம் வெள்ளிக்கிழமை. "

" என்னப்பா இவளோ சீக்கிரம்? "

" எனக்கு நாள் தள்ளி போக வேண்டாம். உன்னை எல்லா உரிமையோடவும் எனக்கே எனக்குன்னு சொந்தமாக்க ஆசைப்படுறேன்." மித்ரன் குரலில் இறுக்கம் நிறைய,

" நான் எதும் தப்பா சொல்லிட்டேனா பா? கோவமா? "

" கோவம் எல்லாம் இல்ல. நீ என்னை நேசிக்கிறது உன் கண்ணில் தெரியுது. ஆனா, கல்யாணம் சொன்னா உன் கண்ணில் பயமும் தெரியுது சாரா. என்னை விட உன் காயம் பெருசு, உன் மன திடத்தை பார்த்து ஆச்சரியமா இருக்கு, நான் பட்ட கஷ்டம் எல்லாம் கஷ்டமே இல்ல. "

" உன் அப்பா அவனை வேற ஒரு பொண்ணோட இருக்கிறதை பார்த்து, பெத்த பொண்ணு உன்கிட்ட சொல்ல முடியாம எப்படி துடிச்சு இருப்பார்? அவர் சாக காரணமே அவன்தான். அவன் உன்னை ஏமாத்தினது தெரிஞ்சும் அவனை அவன் சாவோட கடைசி நிமிஷம் வரை தண்டிக்காம எப்படி தாங்க முடிஞ்சுது. எனக்கு அவ்ளோ பெரிய மனசும், மனசில் திடமும் இல்ல. கார்த்தியை அப்படி பார்த்ததும் அவளை விட்டு விலகி போ தான் மனசு சொல்லுச்சு, அவ என் ஆதரவு தேடி வந்த அப்போ கூட இரக்கம் வரல. உனக்கு என்னை விட பக்குவம் அதிகம். ஆனா உன் கண்ணிலும் பயம் தெரியுது சாரா, கண்டிப்பா உன்ன நான் காயப்படுத்த மாட்டேன். " மித்ரன் கூறவும் அவனை தன்னோடு அணைத்து இருந்தாள்.

" பயமா இருக்கு, எனக்கு இருக்கிற பயத்தால் உங்க ஆண்மையை, மென்மையை காயப்படுத்திட கூடாதுன்னு தோணுது. கல்யாணம் ரெண்டு குடும்பம் சேர்ந்து ஒரு குடும்பமாகுற இடம். இங்க எல்லாருக்கும் ஒவ்வொரு எதிர்பார்ப்பு இருக்கும். உங்-

களுக்கு பொண்டாட்டி வேணும், பிள்ளை வேணும் அவங்க யோசிக்கிறது தப்பில்லையே பா? என்னால அதை தர முடியாம போய்ட்டா, அது எவ்ளோ கஷ்டம். எத்தனை காதலும் புரிதலும் இருந்தாலும் காமம் இல்லாத கணவன் மனைவி உறவில் முழுமை இருக்காதே? யாராவது ஒருத்தருக்கு குறை இருந்தா கூட மனசு சரின்னு சொல்லும், ஒரு குறையும் இல்லாத உங்களுக்கு குறையா நான் மாறிட கூடாதுன்னு எனக்கு ரொம்ப பயம்."

" எனக்கும் தான் பயம். தாம்பத்திய உறவில் காயம் மட்டுமே பார்த்த உனக்கு, என்னால எந்த குறையும் வந்துற கூடாது. என்னால உன்னை சந்தோசமா வெச்சுக்க முடியாம போய்ட்டா அதுவும் கஷ்டம் தானே மா? அப்போ நான் உனக்கு குறையா மாற மாட்டேனா? நான் நம்ம நேசத்தை நம்புறேன். அது உன்னையும் என்னையும் கண்டிப்பா காயப்படுத்தாது. இனி இப்படி அழ கூடாது, கல்யாண பொண்ணு சிரிச்சு சந்தோசமா இருக்கனும். "

" சரி விடுங்க "

" நீ தான் என்னை இறுக்கி கட்டிப்பிடிச்சு இருக்க, விட்டா தான் எனக்கு மூச்சு விட முடியும்." மித்ரன் சொல்லவும், சாரா அவனை விட்டு விலகி இருக்க, வெக்கத்தில் தலை குனிந்து கொண்டாள்.

" பால் குடிச்சுட்டு, பொறுமையா வெக்கப்படுங்க சாரா. குட் நைட் "

காலை சாரா பரபரப்பாக வேலை செய்து கொண்டு இருந்தாள். அன்று அமுதா அனுப்பிய வள்ளி என்ற பெண் சாராவுக்கு உதவ வந்து இருந்தாள். இலக்கியா உறங்க, அவளுக்கு தேவையான வசதிகளை செய்யவென மூழ்கி இருந்தவளை மித்ரன் குரல் மாடிக்கு அழைக்க,

" சாப்பிட்டு வேலையை பாரு சாரா, நான் வேலைக்கு கிளம்பின அப்புறம் இதை செய். முடிஞ்ச வரை வேலை செய் போதும் மீதி நான் வந்து செய்யுறேன். அப்பா கூட சாயங்காலம் கார் பணம் கட்ட போகனும். மதிய சாப்பாடு ஹோட்டலில் சொல்லிட்டேன், நீ சமைக்க வேண்டாம். விஷ்ணு மாமா வாங்கிட்டு வந்துருவார். இதுக்கு மேல எதையும் செய்யாத ரெஸ்ட் எடு. "

" அண்ணி உண்டாகி இருக்காங்க மித்ரன். அவங்க டிராவலே பண்ண கூடாது, இப்போ அவங்க வரதே நமக்காக தான் அவங்களை பத்திரமா பார்த்துக்க வேண்-

டாமா? "

" உண்மை தான். அதுக்காக இவளோ வேலை எல்லாம் செய்ய வேண்டாம். ரெஸ்ட் எடு " சொல்லியவன் கையோடு அவளை அமர வைத்து உணவை தட்டில் வைக்க அமைதியாய் உண்டு இருந்தாள். மித்ரன் கிளம்பவும் மீண்டும் வேலைகளை செய்து முடித்து குளிக்க, மித்ரன் மதிய உணவுடன் வந்து அனைத்தையும் பாத்திரத்தில் மாற்றி வைக்க, சாரா அறையை விட்டு வெளியே வந்தாள்.

" உன் இஷ்டம் போல தான் இருப்ப இல்ல? எனக்கு கோவம் வருது, நான் எதும் பேச தயார் இல்ல. வா வந்து உதவி பண்ணு " மித்ரன் கோவமாக சொல்ல,

" எனக்கு இத்தனை அழகான குடும்பம் கிடைக்கும்னு நான் யோசிச்சது கூட இல்ல பா.. நான் இதை எல்லாம் விரும்பி அனுபவிச்சு பண்றேன். பிளீஸ் எதும் சொல்லாதீங்க "

வாசலில் கார் சத்தம் கேட்கவும் சாரா படியிறங்கி செல்ல, ஜோதி முதலில் இறங்கி, இலக்கியா இறங்க உதவி செய்ய, அதற்குள் சாரா அங்கே சென்று இருந்தாள். கார்த்தியின் அன்னையும் தந்தையும் வந்திருக்க அனைவரையும் வரவேற்று கீழ் வீட்டில் அவர்களுக்கு தண்ணீர் கொடுத்து, பின் அனைவரையும் அங்கேயே உண்ண அமர சொல்லி, இலக்கியா மட்டும் உண்ண சோஃபாவில் உணவு கொடுத்து சாரா அவர்களை அக்கறையாய் பார்த்து கொள்ள, கார்த்தியின் பெற்றோர் அமைதியாய் அதை பார்த்து கொண்டனர். அவர்களை சித்தி, சித்தப்பா என உரிமையோடு அழைத்து, அவர்களுக்கும் தேவையான வசதி செய்து கொடுத்தாள். பின் மாடியில் மாலை காஃபி, இரவு உணவு என அனைத்தும் முடித்து, நீண்ட நாளுக்கு பின் மித்ரன் வாய் விட்டு சிரிப்பதை பார்த்து அனைவரும் நிறைவுடன் அன்று உறங்கி இருந்தனர். அடுத்த நாள் காலை காருக்கு பணம் கொடுத்து, சாரா கொடுத்த பணத்தை மறுத்து விட்ட ரங்கராஜன் முழு பணத்தையும் கட்டியிருக்க, சாரா அவர்கள் அனைவருக்கும் உடை எடுக்க, அவர்கள் அனைவரும் சாராவிற்கு திருமண உடை எடுக்க, மித்ரன் கிஷோர் குடும்பத்திற்கு எடுக்கவும் சாரா கண் கலங்கி இருந்தாள்.

அதற்கு அடுத்த நாள் மித்ரன் அவனின் மாமா உடன் கிஷோர் இல்லம் சென்று அவர்களை திருமணத்திற்கு அழைத்து வந்து இருந்தான். வியாழன் மாலையே கிஷோர் அவனின் குடும்பத்தோடு வந்து இறங்க, சாரா கிஷோரை கட்டிக்கொண்டு அழ, மற்ற அனைவரும் அமைதியாய் பார்த்து இருந்தனர். அதே நாள்

அவர்களின் புது காரும் வந்திருந்தது.

வெள்ளி அன்று காலை சாரா கிளம்ப மிருதுளா உதவி செய்ய, சாரா அதை மௌனமாக ஏற்றுக் கொள்ள, மிருதுளா அழுது அவளிடம் மன்னிப்பு கேட்டு இருந்தாள். சாரா மன்னிப்பை தரவில்லை. ஆனால் அவளை சமாதானம் செய்து இருந்தாள். மித்ரன் கீழ் வீட்டில் இருந்து கிஷோர் உடன் கிளம்ப, சாரா மாடியில் இருந்து இலக்கியா துணையுடன் கிளம்பி இருந்தாள். கோபி, அமுதா, வடை கடையில் இருக்கும் தாத்தா, பாட்டியின் வீட்டில் உள்ளோர் எல்லாம் தனியாய் ஒரு வேனில் வர ஏற்பாடு செய்து இருந்தனர்.

மணகோலம் மனத்தை இன்னும் படபடக்க செய்து இருந்தது. திருமணம் முடிய அதன் பின்னான வாழ்க்கை பற்றிய பயம் அவளின் முகத்தில் சோர்வை கொடுக்க, மித்ரனும் அதே நிலையில் தான் இருந்தான். இருவரின் முகத்தை பார்த்த மற்றவர்கள் யாரும் எதுவும் கூறவில்லை. இது தான் விதி கொடுத்த வலி. விரும்பிய ஒருவரை மணக்க போகும் தருணம் கூட முகத்தில் ஒளி இழந்து பயத்தோடு நின்று இருக்கின்றனர். முதல் முறை இதே மணகோலம் கொண்ட போது இருந்த நாணம், கூச்சம், புது வித உணர்வுகள் என எதுவும் இல்லை சாராவிடம், விரும்பிய பெண்ணை மனைவியாக அடைய போகும் பெருமிதம், ஆசை, இன்பம் என எதுவும் இல்லை மித்ரனிடம்.

கோவில் பூசாரி கையில் தாலியை கொடுக்க, அதை வாங்கி இரு நொடி கையில் பிடித்தவன் கண் கலங்க, விஷ்ணு முதுகில் சமாதானமாக தடவி தரவும் சாரா முகம் பார்த்தான். அவளும் கண் கலங்கி அவனை தான் பார்த்து இருந்தாள். லேசாய் மித்ரன் கைகள் நடுங்க, இலக்கியா
" கட்டு மித்ரா " என பின் இருந்து மெல்ல கூற, கடவுளையும் அவர்களின் காதலையும் நெஞ்சில் நிறுத்தி சாராதேவியின் கழுத்தில் மூன்று முடிச்சை போட்டு இருந்தான் சங்கமித்ரன். சாரா நெற்றியில் மித்ரன் குங்குமம் வைத்த நொடி, இருவர் கண்ணிலும் நீர் வழிய, பார்த்து இருந்த அனைவருக்கும் அழுகை வந்தது. கிஷோர் சாராவை சமாதானம் செய்ய, மற்ற சடங்குகள் செய்து உணவு உண்ண ஹோட்டல் வந்து இருந்தனர். உணவு முடித்து இல்லம் வர, ஆரத்தி எடுத்து இருவரையும் வீட்டின் உள்ளே வரவேற்று இருவருக்கும் தனிமை கொடுத்து இருந்தனர்.

22

இருவரும் தனியே அமர்ந்து இருந்தும் எதுவும் பேசவில்லை. சாரா கட்டிலில் சரிந்து அப்படியே உறங்க, மித்ரன் அவளையே பார்த்து இருக்க இலக்கியா கதவை தட்டவும் மித்ரன் திறந்து இருந்தான்.

" கொஞ்ச நேரம் அந்த ரூமில் தூங்கு மித்ரா, சாயங்காலம் கோவில் போகனும். "

" சரிக்கா, சாராக்கு துணையா இங்கேயே இருக்கியா? "

" அதுக்கு தான் வந்தேன். கீழ ஒரே பேச்சும் அரட்டையும். இங்க அவளோட தூங்குவோம் வந்தேன். நீயும் அந்த ரூமில் தூங்கு போ "

மித்ரன் தூங்கி எழவும், விஷ்ணு குளித்து உடை மாற்ற சொல்ல, குளித்து வரவும் சாராவும் கிளம்பி வர, மித்ரன் கண்கள் அவள் மீதே நின்று போனது. இது-வரை அவன் பார்க்காத சாரா அவள். இதற்கு முன் பொட்டு இல்லாமல், கையில் வளையல், கொலுசு என எதையும் அணியாமல், காதில் சிறு கம்மலும், கழுத்தில் சிறு சங்கிலியும் மட்டுமே அணிந்து, சில நாள் புடவையில், சில நாள் சுடி டாப், லெக்கிங் என எந்த அலங்காரமும் இல்லாது கூந்தலை பன் கொண்டையாக கட்-டிக்கொண்டு சுற்றுவாள்.

இன்றோ நெற்றியில் குங்குமமும் பொட்டும் இருக்க, காதில் கல் வைத்த பெரிய கம்மலும், கழுத்தில் அவன் சேர்த்த தாலியோடு உரசி விளையாடும் தங்க சங்கி-

லியும், கை நிறைய வளையலும், பின்னி பூ வைத்து இருக்கும் கூந்தலும், அவள் நடந்தால் இசைக்கும் கொலுசும், அவளின் உடலை அழகாய் தழுவி இருக்-கும் சேலையும், சாரா ஒரு அழகு பெட்டகம் என அவனிடம் கூறியது. அவன் அருகில் வந்து நின்றதும் பார்வையை மித்ரன் தாழ்த்தி இருக்க, பெரியவர்களை வணங்கி, கோவிலுக்கு கிளம்பி இருந்தனர். கோவில் சென்று தரிசனம் முடித்து இல்லம் வரும் வரை இருவரும் தேவைக்கு மட்டுமே பேசிக்கொண்டனர்.

கோவில் சென்று வரவும் அவன் உடன் கோபி ஆஃபீசில் வேலை பார்த்தவர்கள் வந்து இருந்தனர். அவர்கள் வந்து வாழ்த்து சொல்லி, பரிசும் கொடுத்து விட்டு செல்ல, இரவு உணவு பரிமாறினார் ஜோதி. இருவரும் உண்ணவும், கிஷோர் அக்-காவிடம் விடைபெற்று கொண்டான்.

" அடிக்கடி வரணும் கிஷோர் இனிமேல், உன் அக்காக்கு அவ பக்க சொந்தமா சொல்ல இருக்கிறது நீயும் என் தங்கச்சியும் உங்க பிள்ளைகளும் தான். நான் உங்களை எதிர்பார்த்து காத்து இருப்பேன்."

" கண்டிப்பா மாமா. இனிமேல் எல்லாரும் வருவோம். அக்காவை பத்திரமா பார்த்-துக்கோங்க. "

சாரா கிஷோர் கை பிடித்து கண் கலங்க, லேசாய் அணைத்து ஆறுதல் சொல்லி, அனைவரிடமும் விடைபெற்றுக்கொண்டு கிளம்பி இருந்தான். அவர்கள் கிளம்ப-வும் இலக்கியா சாராவை அழைக்க அவளோடு சென்றவள் அறைக்குள் இருந்து வெளியே வரவில்லை. மணி இரவு ஒன்பது ஆகவும், விஷ்ணு மித்ரனிடம் விஷ-யத்தை சொல்லி அறைக்கு அனுப்ப, சாரா அமைதியாய் அமர்ந்து புத்தகம் வாசித்து கொண்டு இருந்தாள்.

மித்ரன் உள்ளே வரவும் புத்தகத்தை கீழே வைத்துவிட்டு தலை குனிந்து அமர்ந்து கொண்டாள். மித்ரன் அவள் அருகில் அமர, சாராவிடம் அசைவில்லை. மித்-ரனும் என்ன பேச என அறியாது அமைதியாக அமர்ந்து அறையை சுற்றி பார்த்தான். அறையில் புது மெத்தை மாற்றி இருந்தனர். சில பழங்களும் பாலும் இருக்க, மித்ரனுக்கு பிடித்த பால்கோவா ஒரு பெட்டியில் இருந்தது. அதன் அரு-கில் பால், தண்ணீர் என இருக்க, அறை முழுக்க ஊதுபத்தி வாசம் இருந்ததே தவிர, ஊதுபத்தி எரியவில்லை. சாரா கூந்தலில் இருந்த பின்னலை விரித்து விட்டு அதில் மல்லிகை பூ வைத்து இருந்தாள். மல்லிகை வாசம் நாசி நிறைக்க, சாரா-வின் பக்கம் இவன் பார்வை திருப்ப, அவளோ உடல் லேசாய் நடுங்க அமர்ந்து

இருந்தாள்.

" சாரா, நான் உன்னை எதும் செய்ய போறது இல்ல. ஏன்னா நானே இன்னும் எதுக்கும் தயாரா இல்ல. ஏன் நடுங்குற இப்போ? என் பக்கத்தில் நீ நடுங்கி உக்-கார்ந்து இருக்கறது எதோ சங்கடமா இருக்கு"

சாரா அவன் தோளில் சாய்ந்து அமர, மித்ரன் அவளை கேள்வியா பார்க்க,

" உங்க பக்கத்தில் எனக்கு எதுக்கு பா பயம்? பழைய ஞாபகம் எல்லாம் வருது. அதான் தானா நடுக்கம். எவ்ளோ திடமா இருந்தாலும் நம்பி ஏமாந்து போனது வலிக்க தானே செய்யும்? எத்தனை கனவோட அந்த அறைக்குள்ள போனேன் தெரியுமா பா? "

" புரியுது மா. உன் வலி என் வலி போல இல்ல, அது வேற. என்னால உன்னை உணர முடியுது. ஆனா பழசு எதுக்கு இப்போ? அது கடந்த காலம் அது நமக்கு வேண்டாம். இப்போ தூங்கலாமா? "

" நான் கீழ படுக்கறேன். நீங்க கட்டிலில் தூங்குங்க "

" என் மேல அவ்ளோ நம்பிக்கையா?"

மித்ரன் கேட்ட கேள்வியில் சாரா அவனை முறைக்க, மித்ரன் என்னவென்று அவளை கேள்வியாக பார்க்க, அவனுக்கு முதுகை காட்டிக்கொண்டு கட்டிலில் படுத்து இருந்தாள். மித்ரன் மெல்ல நகர்ந்து உடை மாற்றி வந்து படுக்க, சாரா உறங்காது விழித்து இருக்க, மித்ரன் அவள் அருகில் வந்து நெற்றியில் முத்தம் வைத்து குட் நைட் சொல்ல, சட்டென கண்ணை மூடிக்கொண்டாள்.

இருவரும் அருகில் இருந்தும் எந்த சலனமும் இன்றி உறங்கி இருந்தனர். காலை-யில் மித்ரன் கண் விழிக்க, எதிரில் சாரா அவனை பார்த்து படுத்து உறங்கி இருந்தாள். மித்ரன் இதழில் புன்னகை சட்டென வர, அவளின் முகம் தாண்டி கண்ணை கீழ் இறங்கியவன், எச்சில் விழுங்கினான். புடவை கலைந்து அவளின் மார்பும், இடையும் தெரிய முதலில் கண் தாழ்த்தியவன், பின் தயக்கம் விட்டு பார்த்து இருந்தான்.

' ப்பா என்ன அழகு இவ? ஒரு வாரத்தில் அவனுக்கு எப்படி இவமேல சலிப்பு

வந்துச்சு? சாந்தமான முகம், ஆர்ப்பாட்டம் இல்லாத அழகு, அதை விட திட-மான தெளிவான பக்குவம் ' மித்ரனின் பார்வை மீண்டும் அவள் மீது படிய,

தன் அருகில் நிம்மதியாய் இயல்பாய் தூங்கும் தன்னவளை கண்டு புன்னகை பெரிதானது. பெட் சீட் கொண்டு அவளை மூடிவிட, சாரா அமைதியாக இன்னும் உறங்கி கொண்டு இருந்தாள்.

மித்ரன் குளித்து வர, ஜோதி உணவு பரிமாற வரவும் தான் மித்ரன் நேரத்தை பார்த்தான். மணி ஒன்பது என்று சொல்லவும், அவன் தாயை பார்க்க,

" எதுக்கு டா இப்படி பார்க்கிற? "

" இவளோ நேரமா தூங்கி இருக்கேன் நான்? சாரா இன்னும் எழுந்தரிக்கவே இல்-லையே? அவ இவளோ நேரம் தூங்கவும் மாட்டா, அதான் ஆச்சரியமா இருந்-தது"

" அட தூங்கனதுக்கு எதுக்கு மித்ரா ஆச்சரியம். மனசும் உடம்பும் நிம்மதியா இருந்தா இதுவரை தூங்காத தூக்கம் எல்லாம் வர தான் செய்யும். நாங்களே 7 மணிக்கு மேல தான் எழுந்தோம். சாப்பிடு "

மித்ரன் சாப்பிட்டு முடிக்க, சாரா அறையை விட்டு வெளியே வந்து இருந்தாள். சாரா பசிக்கிறது என கூறி மித்ரன் சாப்பிட்ட தட்டை அவள் பக்கம் இழுத்து கொள்ள, ஜோதி முகத்தில் நிறைவான புன்னகை.

அன்று ஆனைமலை கோவிலுக்கு பெற்றோர் உடன் சென்று வந்தவர்கள், மாலை படத்துக்கு விஷ்ணு, இலக்கியா உடன் சென்று வந்தனர். இரவு பால்கனியில் பல கதை பேசி, உணவை உண்டு புகைப்படம் எடுத்து கொண்டார்கள். அன்று இரவு மித்ரன் எந்த தயக்கமும் இல்லாது சாராவை அவன் நெஞ்சில் சாய்த்து கதை பேசி உறங்கி இருந்தான். அவனின் அக்கறையில், அன்பில், மென்மையில் சாரா மகிழ்வாய் அவன் கைக்குள் தூங்கி போய் இருந்தாள். மூன்றாம் நாள் கறி விருந்து நடக்க, கோபி வீட்டில் இருந்து மட்டும் கலந்து கொண்டனர். வற்புறுத்தி அழைத்து அமுதா வந்திருக்க, மகிழ்வாக விருந்தும் முடிந்து இருந்தது. அன்று மாலை அனைவரும் இவர்களை விட்டு கிளம்ப, இலக்கியாவை கட்டி அணைத்து விடை கொடுத்தாள் சாரா.

நான்காம் நாள் மித்ரன் வேலைக்கு கிளம்ப, சாரா காலை உணவை செய்து அவனுக்கு பரிமாறி, வழியனுப்பி இருந்தாள். மதியம் வந்தவனுக்கு உணவு கொடுத்து அவன் ஓய்வு எடுக்க உதவியும் இருந்தாள். மாலை அவன் வீட்டுக்கு வர, பைக் சத்தம் கேட்டதும் வாசலுக்கு வந்து நின்று இருந்தாள். அவன் உடை மாற்றவும் அதை துவைக்க போட்டவள், அவனுக்கு என காஃபி கொடுக்க, மித்ரன் அவளையே பார்த்து இருந்தான்.

" இது தான் கல்யாண வாழ்க்கையா சாரா? எனக்காக ஒருத்தி காத்து இருக்கான்னு உணர வைக்கிற நீ, மதியம் சாப்பிடாம இருப்பேன் தவிப்பு, இப்போ முகம் பார்க்க தவிப்பு, என்னை கட்டி போடல நீ, ஆனா நான் கட்டுப்பட்டு தான் இருக்கேன் உன்கிட்ட, கிளம்பும் போது உன் முகத்தில் இருந்த அதே சிரிப்பு இப்பவும், கூடவே உன் கண்ணில் என்னை பார்த்ததும் வர ஒளி. எனக்கு பிடிச்சு இருக்கு சாரா "

" சரி காஃபி குடிங்க ஆறிடும். "

" அவ்ளோ தானா என் சந்தோஷத்துக்கு உன் பதில்? "

" என் அம்மாவும் அப்பாவும் இப்படி தான் மித்ரன். எங்க அம்மா, எங்க அப்பாக்கு ஓடி ஓடி எல்லாம் செய்வாங்க. எனக்கு அப்படி என்ன இந்த அப்பாக்கு சோம்பேறித்தனம் கோவம் வரும். இந்த அம்மா அப்பாக்கு அடிமை மாதிரி இருக்காங்கன்னு தோணும். ஆனா தினம் அப்பா எதையும் வாய் திறந்து கேட்காம அம்மா அதை செய்து இருப்பாங்க. அவரோட பார்வைக்கு அர்த்தம் தெரியும் அவங்களுக்கு, பார்க்க ஆச்சரியமா இருக்கும். அப்பாவும் அதே போல தான் அம்மாவை பெயர் சொல்லி கூப்பிட்டு கூட நான் பார்த்தது இல்ல, ஏதோ டெலிபதி மாதிரி அம்மா புலம்பின விஷயத்துக்கு அவர் வீட்டுக்கு வரும் போது பதில் இருக்கும். அம்மாக்கு என்ன பிடிக்கும் பிடிக்காதுன்னு பார்த்து பார்த்து செய்வார். அவங்க இடையில் மௌனம் மட்டுமே இருக்குன்னு நினைச்ச எனக்கு, மௌனம் மட்டும் இல்ல, நிறைய காதலும் புரிதலும் இருக்குன்னு உணர வெச்சவங்க. "

" எனக்கு அவங்களை போல வாழனும், என் புருஷன் கண் அசைவில் அத்தனையும் எனக்கு அர்த்தமாகனும். அம்மா அழகா வீட்டை சமாளிப்பாங்க, வேலைக்கு போய்ட்டு அப்பா வர நேரம் முகம் கழுவி சிரிச்ச முகமா வாசலில் போய் அப்பாவை கூப்பிட்டு வருவாங்க. ரெண்டு பேருக்கும் ஒருத்தர் முகம் ஒருத்தர் பார்த்ததும் அவ்ளோ பூரிப்பும் சிரிப்பும் வரும். நானும் கிஷோரும் அவ்ளோ

ரசிப்போம். இதெல்லாம் ஏன் சொல்றேன் தெரியுமா? "

" அதையும் நீங்களே சொல்லுங்க மேடம் "

" நானும் உங்களோட அப்படி இருக்க ஆசைப்படுறேன். நாமும் இப்படி புரிதலோடு இருக்கணும். உங்களை தவிர எனக்கு எதுவும் முக்கியம் இல்ல மித்ரன். உங்களுக்காக காத்து இருந்து, எதிர்பார்த்து, உங்களுக்காக நீங்க சொல்லாம எல்லாமே செய்யனும். இது அடிமைத்தனம் சொன்னா, காதலில் இதுவும் அழகுன்னு நான் சொல்வேன். "

23

இரவு உணவு முடித்து மித்ரன் கைக்குள் வந்து இருந்தாள் சாரா. சோபாவில் இருவரும் நெருங்கி படுத்து இருக்க, மித்ரன் தடுமாற ஆரம்பித்து இருந்தான். சாரா டிவியில் கவனமாக இருக்க, மித்ரன் பின் இருந்து அவன் இதழ்களை கொண்டு சாராவின் காதுமடலை உரச, கை அவளின் இடையை அவனோடு சேர்த்து கொண்டது. சாரா அசையாது படுத்து இருக்க, மித்ரன் பின் கழுத்தில் சிறு முத்தம் வைக்க, சாரா நிலைமையை உணர ஆரம்பித்து இருந்தாள். அவனை விலகி செல்லவும் மனம் இல்லை, அவனோடு இதில் இணைந்து விடவும் முடியவில்லை. சாரா கண்மூடி அமைதியாக இருக்க, அவன் விரல் இடையில் அழுத்தி பிடிக்க, சாரா மெலிதாக உடல் நடுங்க மித்ரன் சட்டென எழுந்தவன் எதுவும் பேசாது அறைக்குள் சென்று இருந்தான். சாரா அமைதியாய் டிவி ஆஃப் செய்து, கதவடைத்து அறைக்குள் வர, மித்ரன் மேலே ஓடும் மின்விசிறியை வெறித்து பார்த்து படுத்து இருந்தான். சாரா அவன் அருகில் வரவும். அவளை பார்த்தவன்,

" அது.. நான்.. நான் சலனப்பட்டு.. சாரி சாரா. "

" எதும் இல்லப்பா.. ஏன் தப்பு செஞ்ச மாதிரி கில்டியா ஃபீல் பண்றீங்க? ரெண்டு பேருக்கும் இதில் காயம். இயல்பாக நாளாகும் தான். அதுக்காக தொடவே கூடாதுன்னு எதுவும் இல்ல. எதையும் யோசிக்க வேண்டாம். பிளீஸ். "

சாரா அவன் கைக்குள் மீண்டும் வர, அவளை அணைத்தவன் உறங்க ஆரம்பித்து இருந்தான். நாட்கள் இயல்பாய் மீண்டும் நகர ஒரு மாதம் கழித்து ஒரு வெள்ளிக்கிழமை காலையில் வந்த ஜோதியும் ரங்கராஜனும் இருவரையும் கோவை வீட்டுக்கு அழைத்து சென்று இருந்தனர். சாரா வீட்டில் விளக்கேற்றி, அன்று அவள் கையால் சமைத்து அனைவரும் ஒன்றாக உணவு உண்டு. ஜோதி

உடன் சாரா கதை பேச, மித்ரன் அவளை ஷாப்பிங் அழைத்து சென்றான். அவளுக்கு என இரவு உடைகள் சிலதை வாங்கி கொண்டவள், அவனுக்கும் உடை எடுத்து கொடுத்தாள். வெளியே உண்டு இல்லம் வந்தனர். இலக்கியா வந்திருக்க, அவளோடு பேச அமர்ந்து இருந்தாள் சாரா. மித்ரன் உடை மாற்றி அவர்களோடு அமர்ந்து கொள்ள, விஷ்ணு கிண்டல் பேச, சாரா பதில் கூற என அங்கே சிரிப்பு சத்தம் நிறைந்து இருந்தது.

இரவு மித்ரன் அறைக்குள் வரவும் மித்ரன் அவனின் சிறு வயது ஆல்பம் எடுத்து வைத்து இருந்தான். அதை சாராவிடம் கொடுக்க அவள் கண்ணில் வந்த ஆனந்தமும் உற்சாகமும் கண்டு இவன் மனமும் நிறைந்து போனது. கடந்த திருமண வாழ்வில் கார்த்தியுடன் அவன் சிறு வயது புகைப்படங்களை காட்ட விரும்பிய போது அதை பெயருக்கு திருப்பி பார்த்து நல்லா இருக்கு என்பதோடு நிறுத்தி இருந்தாள். மித்ரன் மனம் ஏமாந்த போதும், சிறு பெண் என விட்டுவிட்டான். ஆனால் இன்று சாரா அதை பொக்கிஷம் போல வாங்கி கொண்டாள். அவன் அருகில் அமர்ந்து இது யார், இது எந்த வயதில்? அன்று நடந்தது என்னவென்று கேள்வியாக கேட்க, மித்ரனின் சிறு வயது கதைகள் அவனின் நண்பர்கள் என நிறைய நிறைய அறிந்து கொண்டாள் சாரா, மித்ரன் கண்ணில் இருந்த மகிழ்வு பார்க்கவே இன்பமாக இருந்தது. சிறுபிள்ளையாக மாறி இருந்தான்.

ஆல்பம் பார்த்து முடித்து இருக்க, மித்ரன் நாளை கல்லூரி வயது ஆல்பம் பார்ப்போம் என உறங்க சொல்லி இருந்தான். இருவரும் மகிழ்வாக உறங்க ஆரம்பித்து இருந்தனர். மித்ரன் சாராவை அவனோடு அணைத்து கன்னத்தில் முத்தம் வைக்க, மறு கன்னத்தையும் காட்டி இருந்தாள். மித்ரன் சிரிப்புடன் அடுத்த கன்னத்தில் முத்தத்தை அழுத்தி தர, சாரா மீண்டும் கன்னத்தை திருப்பி காட்ட, கன்னங்களை விட்டு இதழை எடுத்து கொண்டான். சாரா இதழ் முத்தம் பெறாதவள் அல்ல, மனோஜ் கொடுத்து இருக்கிறான். மது வாசம் வீச, அவளின் இதழை வன்மையாக கொடுப்பான். அதில் வலி இருக்குமே தவிர உணர்வுகள் இருக்காது. இன்று மித்ரன் கொடுத்த முத்தம் சாராவை சிலிர்க்க வைத்தது.

இன்பமான மனநிலையில் இருந்தவன் முன்னேற, சாரா உடல் நடுங்க அவனை அணைத்து இருந்தாள். மித்ரன் நிமிடம் தயங்கி அவள் மேல் படர்ந்து இருந்தான். இதுவரை காணாத மென்மை அவனிடம், சாரா கண் மூடி கொள்ள, மித்ரன் உடை சிறையில் இருந்து இருவருக்கும் விடுதலை கொடுத்து இருந்தான். சாரா கண் கலங்க, கன்னத்தில் முத்தம் வைத்தான். அவன் கை தொட்ட இடம் எல்லாம் அவன் இதழ்கள் முத்தம் வைக்க, சாராவின் பெண்மை முதல் முதலில் உடல்

உறவின் முதல் நிலையை கண்டு இருந்தது. முன் விளையாட்டே தன்னை உச்சம் கொண்டு சென்று விடும் என உணர்ந்து கொண்டாள் சாரா, மித்ரன் மென்மையும், ரசனையும் சாராவை சுக மயக்கத்தில் வைத்து இருக்க, முக்கிய கட்டம் வந்து மித்ரன் சாரா முகம் பார்த்தவன் அதற்கு மேல் முன்னேற முடியாமல், சட்டென அவளிடம் இருந்து பிரிந்து எழுந்து இருந்தான்.

உடை மாற்றி பாத்ரூம் உள்ளே செல்ல, சாரா அவளின் உடைகளை அணிந்து கொண்டாள். பாத்ரூம் விட்டு வெளிய வந்தவன் அவளை அணைத்தபடி அமர்ந்து கொண்டான்.

" முடியல சாரா.. ஏதோ ஒரு வேகத்துல ஆரம்பிச்சு.. என்னால அதுக்கு மேல முடியல.. சாரி.. உன் உணர்வுகளை காயப்படுத்திட்டேன் புரியுது. என்னால உன்னை சந்தோசமா வெச்சுக்க முடியாது போல சாரா. " மித்ரன் குரலில் வலி, அன்பான அவளை படுக்கையில் சந்தோஷப்படுத்த முடியாத இழி நிலை, அவனை அழ வைத்து இருந்தது. சாரா அவன் முதுகை வருடிக் கொடுத்தாள்.

" போன மாசம் இது கூட முடியல, இந்த மாசம் நமக்குள்ள எவ்ளோ முன்னேற்றம்? ரொம்ப சந்தோசமா இருந்தேன் பா, இதை எல்லாம் நான் அனுபவிச்சதே இல்ல. ஒரே நாளில் எதுவும் சரியாகாது மித்ரன். அதுக்கான நேரம் கொடுத்து தான் ஆகனும். என் நடுக்கம் உங்களை பாதிக்கல தானே, எனக்கு முத்தத்தில் தைரியம் சொல்லி உங்களோட ஒத்துழைக்க வெச்சிங்க தானே? எனக்கு இப்போ பயம் இல்ல மித்ரன் போய்டுச்சு. "

" சாரி மா.. என்னால முடியல.. " மித்ரன் அவளை விட்டு வெறும் தரையில் படுத்து கொள்ள, சாரா அவன் அருகில் படுத்து அணைத்து கொண்டாள். இருவரும் மௌனமாக அழுது உறங்கி இருந்தனர்.

காலையில் இருவரும் கொஞ்சம் சமன்பட்டு இருக்க, விஷ்ணு இல்லம் சென்று அவர்களோடு அன்றைய நாளை செலவு செய்து வந்து இருந்தனர். அதற்கு பின்னான நாட்களில் மித்ரன் சாரா உடன் அமர்ந்து பேச நேரம் இல்லாமல் சென்றது. கோபி அலுவலகத்தில் வேலையை முடித்து கொடுக்க, அவனை போக வேண்டாம் என கோபி பல முறை கேட்டும் மறுத்து இருந்தான். அன்றோடு அவனின் கணக்கு முடிய, சீக்கிரமே வீட்டுக்கு கிளம்பி இருந்தான். கிட்டத்தட்ட பதிமூன்று நாட்கள் ஆகிறது சாராவுடன் பொழுதை கழித்து, ஆசையா இல்லம் வந்தவனுக்கு சாரா கொடுத்து இருந்தாள் அதிர்ச்சி. அதுவும் அவன் எதிர்ப்பார்க்காத இன்ப

அதிர்ச்சி.

மித்ரனின் கல்லூரி நண்பர்கள் வீட்டில் குவிந்திருக்க, ஜோதி, சாரா இருவரும் இரவு உணவுக்கு தயார் செய்து இருந்தனர். நண்பர்கள் அவனை சூழ்ந்து கொள்ள, நீண்ட நாள் பேச்சுகளை எல்லாம் பேசி, ஒவ்வொருவர் பற்றிய விவரங்களை எல்லாம் கேட்டு அறிந்து, மித்ரன் முதல் திருமணம் முறிவு என்றும் சாரா அவன் வாழ்வில் வரம் என்று சொல்ல, நண்பர்களும் ஆம் என்று கூறி அவன் கூற்றை ஏற்றுக் கொண்டனர். பின் சாரா அனைவரையும் உண்ண அழைக்க அவனின் நண்பர்கள் ஒன்பது பேர் உடன் மித்ரனையும் அமர சொல்லி இருந்தாள். ஜோதியும் சாராவும் பரிமாற, இரவு நேர உணவை ருசித்து உண்டு இருந்தார்கள் அனைவரும்.

சாராவும், ஜோதியும் உண்டு வர, நண்பர்களின் பேச்சு பால்கனியில் இன்னும் தொடர்ந்து கொண்டு இருந்தது. அவர்கள் இடையில் மித்ரன் அருகில் வந்து அமர்ந்தவள் அவர்களின் கல்லூரி ஆல்பமை அவர்கள் முன் வைக்க, அனைவர் முகத்திலும் உற்சாகம்.

" எல்லாரும் இந்த ஆல்பம் பார்த்து உங்க காலேஜ் கதையை சொல்லுங்க. முக்கியமா மித்ரன் பத்தி, உங்களை பத்தி, உங்க நட்பை பத்தி சொல்லுங்க. கேட்க ஆவலா இருக்கேன். " சாரா சொல்லவும் அங்கே கச்சேரி கலைக்கட்டி இருந்தது. ஒவ்வொருவரும் ஒவ்வொரு கதை சொல்ல, மித்ரன் சிலதை சொல்ல, செல்ல அடிகளும், கிண்டல்களும், பழைய நினைவில் அனைவரின் முகமும் பூத்து இருந்தது. நீண்ட நாளுக்கு பின் மித்ரன் அகத்திலும் முகத்திலும் இருந்த சிரிப்பு ஜோதியை நிறைவாக உணர வைத்து இருந்தது.

அன்று நண்பர்கள் உடன் உறங்க சொல்லி சாரா அனைவரையும் கீழே அனுப்பி விட, மித்ரன் நன்றி கூறி சென்று இருந்தான்.

" மித்ரன் இப்படி அவனை மறந்து சந்தோசமா சிரிச்சு பல நாளாச்சு சாரா. இதெல்லாம் எங்களுக்கு தோணவே இல்ல. அவன் சந்தோஷத்துக்காக நீ எவ்ளோ செய்யுற மா, நெஞ்சு நிறைஞ்சு போய் சொல்றேன். நீயும் அவனும் எப்பவும் இப்படியே சந்தோசமா இருக்கனும். "

" படிச்சு முடிஞ்சு வேலை கல்யாணம் ஆனதுக்கு அப்புறம் பெண்களுக்கு மட்டும் இல்ல. ஆண்களுக்கும் நட்பு போய்டுது அத்த. வேலை பார்க்கிற இடத்தில் இருக்-

கிற ஆட்கள் தான் அப்புறம் அவங்க பிரெண்ட்ஸா இருப்பாங்க. இப்படி எல்லாம் பேசி சிரிக்க அவங்களுக்கு ஏது நேரம்? வேலை, பிள்ளை, பொண்டாட்டி, கடன், கடமை வட்டம் சின்னதா போய்டும். வருஷத்தில் ஒரு முறை கூட பார்க்காம, பேசாம எதுக்கு இந்த இயந்திர வாழ்க்கை? "

" மித்ரன் அவரோட பிரெண்ட்ஸ் கூட இருந்து இருந்தா, கார்த்தி விஷயத்தில் இருந்து மீட்டு இருப்பாங்க. அவரை குற்ற உணர்ச்சிக்கு ஆளாக விட்டு இருக்க மாட்டாங்க. அப்போ நேரம் அமையல, இப்போ அமையவும் செய்துட்டோம். நீங்களும் விஷ்ணு அண்ணாவும் துணைக்கு இல்லாம போய் இருந்தா இதெல்லாம் என்னால செய்து இருக்கவே முடியாது அத்த. வாங்க நம்ம தூங்கலாம். "

" அப்புறம் சாரா.. அவனுக்கு வயசு ஆகிட்டே போகுது. குழந்தையை பத்தி உங்க முடிவு என்ன? கேட்க கூடாது தான். ஆனா, மனசு அரிச்சுட்டே இருக்கு, அதான் மறைக்காம கேட்டேன். "

" கூடிய சீக்கிரம் நல்ல செய்தி சொல்றேன் அத்த "

இருவரும் இங்கே தூங்கி இருக்க, மித்ரன் கார்த்தி பற்றி கூறி, இப்போது அவன் இருக்கும் நிலையை கூறி, சாரா பற்றியும் மேலோட்டமாக சில விவரங்கள் கூறி இருந்தான். இரவெல்லாம் நண்பர்கள் அவனை உலுக்கி, ஆறுதல், அட்வைஸ் என அள்ளி தெளித்து நம்பிக்கை கொடுத்து இருந்தனர். காலையில் காஃபி உடன் விடை பெற்று இருந்தனர். பத்து பேரும் சேர்ந்து நிற்க, சாரா அவர்களை படம் எடுத்து கொடுத்தாள். அன்றே வாட்ஸ்அப் குழு தொடங்கி அவர்களின் புகைப்படங்களை வைத்து குழு திறந்து இருந்தனர்.

மித்ரன் மாடிக்கு வந்ததும் சாராவை அள்ளி அணைத்து கன்னத்தில் அழுத்தமாக முத்தம் வைத்தான்.

" அத்தை இருக்காங்க மித்து பா "

" அச்சோ, அம்மா எங்க? "

" அத்தை கிளம்பிட்டு இருக்காங்க, அத்தையை பஸ் ஏத்தி விட சொன்னாங்க. நான் தான் அண்ணியை பார்க்க வரேன் சொன்னேன். கோவைக்கு போலாமா? "

" ஓ.. போலாமே, சாரா சொன்னா சரி தான். எனக்கும் அக்காவை பார்க்கனும்.
"

காலை உணவு சாப்பிட்டு கோவைக்கு அலகாசர் காரில் கிளம்பி இருந்தனர்.

24

திருமணத்திற்கு முன் பார்த்த கல்லூரி வயது மித்ரன் சிரித்து பேசிக்கொண்டு இருந்தான் இலக்கியா முன், அவனின் மாமனுக்கு நன்றி கூறி, அவர்களை வெளியே சாப்பிட அழைத்து வந்து இருந்தவன் மனம் விட்டு கல்லூரி நண்பர்கள் பற்றி அக்காவிடம் பகிர அவளும் கதைக்கேட்டு சிரித்து கொண்டு இருந்தாள்.

" நாங்க எல்லாரும் ஃபேமிலி டூர் போகலாம் இருக்கோம்.நானும் சாராவும் கூட போக போறோம்."

" டேய்.. ஹனி மூன் போகவேண்டிய நேரத்துல ஃபேமிலி டூர்? விளங்கிடும் போ "

" இது கப்பில்ஸ் டூர். என் பிரென்ட் ஜெய் அவன் ஒரு வயசு குட்டி பொண்ணையும், சுந்தர் அவன் ரெண்டு வயசு பையனையும் கூப்பிட்டு வர போறாங்க. மத்த யாருக்கும் இன்னும் குழந்தை இல்ல. சோ இதுவும் ஒரு வகையில் ஹனி மூன் ட்ரிப் தான். "

" அப்போ போய்ட்டு வாங்க மித்ரா, சீக்கிரமே அடுத்த தொட்டில் போடுவோம். " விஷ்ணு புன்னகையுடன் சொல்ல, மித்ரன் சாராவை பார்க்க, அவளோ சட்டென தலை குனிந்து கொண்டாள்.

உணவு முடித்து இலக்கியா, விஷ்ணு இருவரும் கிளம்ப, சாராவை படத்துக்கு அழைத்து சென்று இருந்தான். முதல் முறையாக செகண்ட் ஷோ பார்க்கிறாள்

சாரா. அவள் முகத்தில் இருந்த மகிழ்வை கண்டு மித்ரன் முகத்திலும் புன்னகை. படம் முடித்து இல்லம் வர, ஜோதி இன்முகத்தோடு கதவை திறந்து இருந்தார்.

அடுத்த நாள் சாராவின் இல்லம் அழைத்து சென்றான் மித்ரன். சாரா கண் கலங்கி போய் வீட்டின் உள்ளே வர, கிஷோர் அக்காவை அணைத்து இருந்தான். மிருதுளா அவர்களை வரவேற்க, சாரா நிம்மதியாக வீட்டின் உள்ளே சென்று இருந்தாள். அவளின் அறைக்குள் வந்த மித்ரன் ரசனையாக அறையை சுற்றி வந்தான். அவளின் நிறைய புகைப்படங்கள் இருந்தன அங்கே, மித்ரன் குட்டி சாராவை பார்த்து சிரிக்க, சாரா கை வைத்து மறைத்து இருந்தாள்.

" கை எடு சாரா பார்க்க விடு "

" வேண்டாம்.. வேண்டாம்.. "

" அது நீ குழந்தையா இருக்கும் போது ஜட்டி போடாம எடுத்தது சாரா, இப்போ மறைச்சா அங்க எதுவும் மாறுமா? "

" நீங்க ஒன்னும் பார்க்க வேண்டாம் போங்க பா "

" இந்த பெரிய பாப்பாவையே நான் ட்ரெஸ் இல்லாம பார்த்து இருக்கேனே "

" பொய்.. பொய்.. "

" ஆமா.. பார்த்தது மட்டும் இல்ல.. தொட்டும் முத்தமும் கொடுத்து இருக்கேன். "

" போதும் பா.. நீங்க போய் ஃப்ரெஷ் ஆகிட்டு வாங்க. பசிக்குது எனக்கு "

மித்ரன் புன்னகையுடன் பாத்ரூம் உள்ளே செல்ல, சாரா முகத்தில் புன்னகையும் வெக்கமும் வந்தது. மித்ரனை கிஷோர் நன்றாக கவனித்து கொண்டான். மனோஜ் ஒரு நாள் கூட இப்படி இணக்கமாக பேசியது இல்லை. மித்ரன் அவனை நண்பன் போல நடத்தி இருந்தான். மிருதுளா கூட சாரா உடன் நன்றாக பேசி, அவளுக்கான உதவிகளை செய்து கவனித்து கொண்டாள்.

" வீட்டை எப்போ திருப்பி வாங்குன கிஷோர்? அன்னிக்கு எதேதோ பேசின? "

" அது அக்கா.. வீட்டை என் பெயருக்கு மாத்த சொல்லி மிருதுளா சண்டை. எனக்கு அந்த எண்ணம் இல்ல. ஆனா வீட்டில் நிம்மதி இல்ல அப்போ, அதான் உன்கிட்ட விக்க போறேன் சொல்லி, என் ப்ரெண்ட் விட்டு நானே வாங்கிட்டேன். ஆனாலும் உன் அறையில் எதையும் தொட கூடாதுன்னு சொல்லி இருந்தேன். மன்னிச்சிடு அக்கா. "

" ஏன் மிருதுளா எவ்ளோ சேர்த்தாலும் போகும் போது கொண்டு போக முடியுமா? காசா உன்னோட வர போகுது? என் தம்பிக்கு கொடுக்க சொல்லி கேட்டா மறுக்கவா போறேன்? ஏன் இந்த எண்ணம் உனக்கு? "

" அது அண்ணி.. கேட்க கூடாதா இடத்தில் புத்திமதி கேட்டு தான் இப்படி செய்துட்டேன். ஆனா இவருக்கு போன மாசம் பயங்கர காய்ச்சல். காசு இருந்து என்ன செய்ய? ராத்திரி நேரம், அடுத்த வீட்டில் இருந்து கூட உதவ ஆள் வரல. உங்ககிட்ட தான் அப்போ சொல்லணும் தோணுச்சு. நீங்க இருந்து இருந்தா எல்லாத்தையும் சமாளிச்சு இருப்பீங்க. என்னால முடியல ரெண்டு குழந்தைகளையும் வெச்சுட்டு சிரமப்பட்டு போய்ட்டேன். அப்போ தான் உறவோட அருமை புரிஞ்சுது. மன்னிச்சிடுங்க "

" தேவை இருந்தா, கஷ்டம் வந்தா தான் உறவோட அருமை தெரியுது இல்ல? சரி விடு. இனியாவது உன்னையும் வருத்தி, யாரையும் வருத்தாதே மிருதுளா "

மாலை அவர்கள் கிளம்பவும் குட்டி வாண்டுகள் அடம் பிடித்து அவர்களை அங்கேயே தங்க வைத்து இருந்தனர். மித்ரன் தன்னவளை முத்தம் வைத்து கொஞ்ச,

" என்னாச்சு உங்களுக்கு? ரெண்டு நாளா நீங்க சரி இல்லையே? "

" அதுவா? பொண்டாட்டி மேல செம்ம லவ். எனக்காக நீ செஞ்சது சாதாரண வேலை இல்ல. என்னோட பிரெண்ட்ஸ் மூலமா பழைய சங்கமித்ரனை வெளிய கொண்டு வந்திருக்க, எந்த கவலையும் இல்லாத மித்ரன் இப்படி தான் ஜாலியா இருப்பான். என் பிரெண்ட்ஸ் பார்த்து பேசினது எனக்கு பூஸ்ட் மாதிரி இருக்கு. என் காயம் ஆற ஆரம்பிச்சு இருக்கு. "

" எனக்கு என் மித்ரன் சந்தோசமா இருந்தா போதும். முடியலன்னு நீங்க அழவும் எனக்கும் வலிச்சுது பா, ஆறுதல் சொன்னா வலி அப்போதைக்கு தான் போகும்.

உங்க மேல தப்பில்ல, உங்களுக்கு பிரச்சனை இல்லைன்னு உணர வைக்க உங்களை போல இன்னொரு ஆணால் தான் முடியும் தோணுச்சு. அதும் போக நீங்க கல்யாணத்துக்கு உங்க பிரெண்ட்ஸ் சொல்லி யாரையும் கூப்பிடவே இல்ல. ஆனா உங்களுக்கு நண்பர்கள் உண்டு தெரிஞ்சதும் விஷ்ணு அண்ணா உதவியில் தான் இதை செய்தேன். இதில் முழுக்க முழுக்க எனக்கு சுயநலம் தான்."

" ஓ அப்போ உங்க பிரெண்ட்ஸ் எங்க?"

" எனக்கு இருக்கிற ஒரே ப்ரெண்ட் ரம்யா தான். அவ அவளோட கை குழந்தையோட பிஸி. அதான் வரல. "

" தாங்க்ஸ் சாரு மா.. தெளிவாக ஆரம்பிச்சு இருக்கேன். சீக்கிரமே நமக்குள் எல்லாமே மாறும். "

" மாறனும் மாறியே ஆகனும். அத்த எப்போ குழந்தைன்னு கேட்டாச்சு. சீக்கிரமே நல்ல செய்தி சொல்றேன் நான் சொல்லி இருக்கேன். "

" இன்னும் கொஞ்ச நாள் டைம் கொடு சாரா. "

" சரி. டிரிப் எப்போ போறோம்? "

" எல்லாருக்கும் வேலை. டேட் சரியா ஃபிக்ஸ் பண்ணல இன்னும், பண்ணதும் போவோம். "

" அப்போ நம்ம உங்க ஆஃபீஸ் தொடங்க பிளான் போடுவோமா? "

" எனக்கு ஆபீஸ் போடனுமா? யோசனையா இருக்கே.. "

" அன்னிக்கி சரின்னு சொல்லிட்டு இப்போ என்ன யோசனை "

" சரி செய்வோம். பொள்ளாச்சி நல்ல அமைதியான இடமா பார்த்து எடுக்கனும். எப்படி கூட உதவிக்கு ரெண்டு பேர் தேவையா இருப்பாங்க. ஆனா கொஞ்சம் கம்பனி கைக்கு பிடிச்சுட்டு தான் வேலைக்கு ஆள் சேர்க்க முடியும். "

" நான் இருக்கேன். ரெண்டு பேரும் தொடங்குவோம் ஆரம்பத்தில் கம்பனீஸ்

கிடைக்கிற வரை உங்க வேலைக்கு துணையா இருக்கேன். வந்துட்டா நம்ம பண வரவை பார்த்து ஆள் சேர்ப்போம். "

" ஆர்டர் கிடைச்சு, ஆள் கிடைச்சுட்டா விட்டு போய்டுவியா? "

" மாட்டேன். அதுக்கு அப்புறம் ரிசப்ஷன் உக்கார்ந்து யார் மித்ரன் சாரை பார்க்க வந்தாலும் என்கிட்ட அனுமதி கேட்டு தான் உள்ள வரணும். "

" நீ உனக்கு பிடிச்ச மாதிரி இரு சாரா. எனக்காக எதையும் மாத்திக்க வேண்டாம். நம்ம ஆஃபீஸ் எல்லாம் விட்டுருவோம். நான் வேலைக்கு போறேன், நீ உனக்கு என்ன இஷ்டமோ அதை செய். "

" அப்போ நான் பேக்கரி வைக்கவா? "

" மாமா தொழிலை செய்ய போறியா? "

" ஆமா பா, குட்டியா ஆரம்பிப்போம். மெல்ல மெல்ல பெருசா செய்வோம். சொந்த கடை திறக்கறது நல்ல விஷயம் தானே? "

" தனி ஆளா உன்னால செய்ய முடியுமா? நான் வேலைக்கு போய்ட்டு ஏசி காத்தில் வேலை பார்ப்பேன். நீ சமையல் கட்டில் ரொட்டி பன் செய்யனும். "

" ஆரம்பத்தில் ப்ரெட், பன் மட்டும் செய்வோம். மீதம் வெளிய மொத்தமா ஆர்டர் பண்ணிடலாம். கொஞ்சம் கொஞ்சமா நம்மளே ஆள் போட்டு கேக், பப் எல்லாம் செய்வோம். கடை வளர்ந்த அப்புறம் கல்லாவில் உக்கார்ந்தா போதும். "

" அப்போ சரி உன் விருப்பம் போல செய்வோம். நாளைக்கு அப்பாகிட்ட பேசி எனக்கு தரேன் சொன்ன காசை வாங்கி தரேன். நல்ல இடமா பார்த்து கடை கட்டி ஆரம்பிப்போம். இல்ல, கட்டின ஒரு கடையையே வாங்கிடுவோம். "

" ஏன் உங்களுக்கு சொந்த ஆஃபீஸ் மேல விருப்பம் இல்ல "

" எனக்கு இது கனவு சாரா, சொந்தமா ஆஃபீஸ் தொடங்கி, கார்த்தியை அக்கவுண்டிங் படிக்க வெச்சு, அவளும் நானும் ஒன்னா இருக்கனும் பல ஆசை இருந்தது சாரா. கல்யாணமானதும் அவளை இதை செய், அதை செய் விரட்ட

விருப்பம் இல்ல. கொஞ்ச நாள் போகட்டும் விட்டிருந்த நேரத்தில் அவளுக்கு பக்குவம் இல்ல. சரி வயசா ஆகிடுச்சு இப்போ? என்ன அவசரம் பொறுமையா செய்வோம்னு இருந்தேன். என் பொறுமை எனக்கே.. வேண்டாம் விடு. இப்ப-வும் என்னால தொடங்க முடியும். ஆனா உன் இடத்தில் அவளை வெச்சு கனவு கண்ட மனசுக்கு வலிக்குது. நான் பெருசா வரணும் நீ ஆசைப்படுறது புரியுது. ஆனா என்னால அதை செய்ய முடியுமான்னு தெரியல "

" எதும் இல்லாத மனசில் முதலில் நீ வந்து இருந்தா என் வாழ்க்கை எப்படியோ இருந்து இருக்கும் சாரா. ஆனா அவ வந்து போன மனசில் ஆயிரம் காயம். அது உன்னால தான் ஆறிட்டு வருது. அதை மறுபடியும் கிளறி காயப்படுத்த நான் தயாரா இல்ல. உன் ஆசையை ஏத்துக்க முடியாம போனதுக்கு சாரி மா. இதெல்லாம் நம்ம எதிர்பார்த்து நடக்கல இல்லையா? நம்ம ஒன்னு நினைக்க, விதி வேற நினைக்குது. "

" போதும் பா.. இதுக்கு மேல எதும் சொல்ல வேண்டாம். நானே உங்க துக்கத்தை தூண்டி விட்டேன் சாரி. நம்ம பேக்கரி வைக்கிறோம். பன் விக்கறோம். கவலையை விடுங்க நம்ம கடை கல்லாவில் உக்கார வேலையை தரேன். கணக்கு கரக்ட்டா கொடுத்துறனும் சரியா? "

" சரிங்க முதலாளி அம்மா " மித்ரன் கைக்கொண்டு வாய் மூடி சொல்ல, அவன் சொன்ன விதத்தில் சாரா சிரிக்க, அவளை அணைத்து மீண்டும் முத்தம் வைக்க ஆரம்பித்து இருந்தான்.

25

கிஷோர் வீட்டில் இருந்து கிளம்பி மித்ரன் இல்லம் வந்தவர்கள், காலை உணவை முடித்து இருக்க, சாராவின் எண்ணத்தை பற்றி தந்தையிடம் கூறி இருந்தான் மித்ரன். அவருக்கு சாராவின் எண்ணம் பிடித்து போக, ஏற்பாடு செய்ய சொன்னார். ஆனால் ஜோதி முகத்தில் ஒளி இல்லை.

" கல்யாணம் பண்ணிட்டு எங்களுக்கு பேரப்பிள்ளை பெத்து தரமா இது என்ன டா பேக்கரி வைக்க கதை சொல்லிட்டு இருக்க "

" அம்மா.. எங்களுக்கு நேரம் வேணும் மா. உடனே எதுவும் மாறுமா? நான் இப்போ தான் இயல்பாவே இருக்கேன். குழந்தை எல்லாம் நேரம் வரும் போது அதுவா வரும்."

" அத்த நான் சொன்ன வாக்கை கண்டிப்பா காப்பத்துவேன். நீங்க கவலைப்படுற அளவுக்கு இனிமேல் எதும் நடக்காது. "

" ஏன் ஜோதி, ரெண்டு பேரும் புயல் அடிச்சு போன வாழ்க்கையை இப்போ தான் சரி செய்து இருக்காங்க. அவங்களை ஏன் இப்படி அவசரப்படுத்துற? எந்த குறையும் இல்லாம ரெண்டு பேரும் சந்தோசமா இருப்பாங்க கவலையை விடு " ரங்கராஜன் சொல்லவும் மித்ரன் முகத்தில் நிம்மதி.

அன்று மதியம் நண்பர்கள் அவர்களின் மனைவியை அழைத்து வர மித்ரன் சாராவை அழைத்து சென்று இருந்தான். அதில் மித்ரனின் நெருங்கிய கல்லூரி நண்பன் ஜெய், அவனின் மனைவி ராகவி சாராவிடம் நட்பில் நெருங்கி இருந்தாள். சாரா அனைவரையும் இல்லம் வர வேண்டும் என கூறி விடைபெற்று கொண்டாள்.

அதன் பின் மித்ரன் ஒரு நிறுவனத்தில் வேலைக்கு சேர்ந்து இருந்தான். ஜெய் மித்ரனுக்கு துணை இருக்க, சாராவிடம் ராகவி அடிக்கடி பேசினாள். மித்ரன் ஜெய்யிடம் மட்டும் தான் அனைத்தையும் கூறி இருந்தான். நண்பனின் நிலை அறிந்து மனம் வருந்தி ஜெய் ராகவியிடம் அனைத்தும் கூறி இருக்க, சாரா மீது தனி மரியாதை வந்து இருந்தது ராகவிக்கு, ஒரு நாள் அலைபேசியில் பேசிக்-கொண்டு இருக்கையில்,

" சாரா உங்ககிட்ட இதை கேட்டே ஆகனும் எனக்கு, உங்களுக்கு மனோஜ் மேல கோபமே இல்லையா? எப்படி அவ்ளோ கொடுமை பண்ண புருஷனுக்கு கடைசி வரை உதவி செய்ய முடிஞ்சுது? ஜெய் சொல்லி தான் எனக்கு தெரியும். அவர் இதை யாருக்கும் சொல்ல கூடாது சொல்லி தான் சொன்னார். எனக்கு மண்-டைக்குள்ள இருக்கிற கேள்வியை கேட்காம இருக்க முடியல சாரி. "

" அவர் எனக்கு கொடுமை பண்ணாத நான் நினைக்கவே இல்ல. ஏமாத்திட்டார் தான் கோவமா இருந்தது. கட்டிலில் மட்டும் தான் ஒரு மாதிரியே தவிர, மரும-கனா என் அப்பா காரியமும், தம்பி கல்யாணமும், அம்மா மரணத்துக்கு எனக்கு துணையா தான் இருந்தார். அந்த நாளில் எல்லாம் என்னை கட்டிலுக்கு கூட கூப்பிட்டது இல்ல. சரி ஆம்பளன்னு தலைக்கனம், எப்படியும் ஒரு நாள் என் அன்பு புரியும் தான் இருந்தேன். சட்டுன்னு ஒரு நாள் அதெல்லாம் பொய், அவர் ஒரு பொம்பள பொறுக்கி, தினம் எவளையாவது புதுசா தேடுவார்னு எல்லாம் தெரிய வந்ததும் மனசு உடைஞ்சு போய்டுச்சு. "

" ஆனா நான் தெளிவா இருந்தேன். அப்பவே சண்டை கட்டி, அவரோட இருந்-தவளை அடிச்சு, இவரை அசிங்கமா பேசி, அவர் வீட்டில் சொல்லி கேவலப்ப-டுத்த முடியாதா? செய்யாம விட்டதுக்கு காரணம் வேற, நாலு வருஷமா அவர் விருப்பத்துக்கே வாழ்ந்த என்னை புரியாதா அந்த மனுஷன். நான் பேசினா சரி-யாவரா? போடான்னு சொல்லிட்டு வெளிய போய் பாதுகாப்பு இல்லாம எங்க போவேன்? தம்பி இருக்கான் தான் இருந்தும் தயக்கம். எல்லாம் யோசிச்சு தான் அமைதியா இருந்தேன். "

" ஆனா ஏன் எல்லாம் தெரிஞ்சும் அவருக்கு கடைசி வரை உதவனும்? "

" நான் அவரை பிடிச்சு தான் கல்யாணம் பண்ணிக்கிட்டேன். கட்டிலில் கொடுமை பண்ணாலும் ஒரு நாளும் என்னை அசிங்கமா பேசினதோ, இல்ல மத்தவங்க முன்னாடி தரக்குறைவா நடத்தினதோ இல்ல. எப்பவும் ராத்திரி என்கிட்ட தான்

வருவார். அதனால அவர் மேல பிடிப்பு இருந்துச்சு, எல்லாம் தெரிஞ்ச அப்புறம் என் நேசம் போன வலி, அதுக்குள்ள கால் இழந்து ஒரே இடத்தில் முடங்க வேண்டிய நிலை அவருக்கு, நேசிக்காத ஒருத்தரை விட முடியாத அப்போ நேசிச்ச அவரை விட முடியுமா? அது அந்த நிலையில் விட்டு வர முடியுமா? அவ்ளோ சுயநலம் எனக்கு இருந்ததே இல்ல. யாரோ ஒருத்தருக்கே இந்த நிலையில் நம்ம உதவும் போது, என் புருஷன் அவரை எப்படியோ போ விட முடியுமா? அவங்க அம்மாகிட்ட பிறந்த உடலை காட்டுறது சுலபமா? காட்ட தான் முடியுமா? தனக்கு துரோகம் செஞ்சவனாவே இருந்தாலும் இந்த நிலையில் இருக்கும் போது பலி வாங்குறதை விட அசிங்கம் வேற என்ன? "

" நான் அவர் மனைவியா, என் அன்பை புரிய வைக்க முயற்சி பண்ணேன். உடல் சுகம் தாண்டி இல்லற வாழ்க்கையில் புரிதலும் அன்பும் முக்கியம் உணர வெச்சேன். ஒருவேள அவர் உயிரோட இருந்து இருந்தா நான் அவருக்கு துணையா இருந்தே என் வாழ்க்கையை முடிச்சு இருப்பேன். மனோ நல்லவனா வளர்ந்தானா, வாழ்ந்தானான்னு கேட்டா இல்ல. ஆனா சாகும் போது நல்லவனா தான் செத்தான். என் அன்பு செய்தது இதான். "

" லவ் யூ சாரா. இந்த தெளிவும் பக்குவமும் எனக்கு இருக்குமான்னு கேட்டா இல்ல.. உங்க நட்பு கிடைச்சது என் பாக்கியம். சீக்கிரமே நீங்க மித்ரன் அண்ணா கூட சேர்ந்து சந்தோசமா இருக்கனும். உங்க கூட நான் என்னிக்கும் இருப்பேன் சாரா."

" தாங்க்ஸ் ராகவி. அவர் வர நேரமாச்சு, நான் இன்னும் சமையல் முடிக்காம இருக்கேன். வேலையை முடிச்சுட்டு பேசறேன். "

சாரா அழைப்பை முடித்து சமையல் வேலையை ஆரம்பித்து இருந்தாள். அதிக நேரம் பேசியதில் நேரம் குறைவாக இருக்க, சீரக சாதம் செய்து, தொட்டுக்கொள்ள காளான், உருளைக்கிழங்கு சேர்த்து குழம்பு செய்து இருந்தாள். முட்டைகோஸை துருவி, அதில் இஞ்சி பூண்டு விழுது சேர்த்து, சிக்கன் 65 மசாலாவும் அரிசி மாவும் சேர்த்து கலந்து, சிறு சிறு துண்டான பொரித்து எடுத்து இருந்தாள். சமையல் முடிக்கவும் மித்ரன் வரவும் சரியாக இருந்தது. பசி பசி என பறந்தவனை அமர சொல்லி பரிமாறி கொடுக்க,

" நீ சாப்பிடலயா சாரா? "

" குளிக்கணும் பா. சோர்வா இருக்கு, குளிச்சுட்டு சாப்பிட்டா தான் நல்லா இருக்கும். "

" சரி நீ போய் குளி. நானே எனக்கு பரிமாறிக்கிறேன். "

" தாங்க்ஸ் மா. "

சாரா குளித்து வர, மித்ரன் கட்டிலில் படுத்து இருந்தான்.

" சமையல் அருமை.. அது முட்டைகோஸ் கண்டு பிடிக்கவே முடியல கொஞ்ச நேரம். நல்ல சாப்பாடு சாரு மா "

" தாங்க்ஸ் பா.. அம்மா செய்து தருவாங்க அடிக்கடி "

சாரா உடைமாற்றி கொண்டே பதில் சொல்ல, மித்ரன் மௌனமாக இருந்தான். திரும்பியவள் அவனை நெருக்கத்தில் பார்த்து அப்படியே நிற்க, மித்ரன் வழி விட்டு நின்று கொண்டான். இவளுக்கோ நாணம் ஒருபுறம், படபடப்பு ஒருபுறம் என உணவை உண்ண சென்று இருந்தாள். மித்ரன் கண்ணில் தெரிவது என்ன? யோசித்து சாரா குழம்பி போக, உணவை பொறுமையாய் உண்டு அறைக்கு வந்தாள். வந்தவளை கட்டிலில் அமர வைத்தவன் இதழ் பதித்து கொண்டான். இவளோ கண்கள் மூடி அவனின் தலைமுடியை பிடித்து முத்தத்தை திருப்பி தரும் தருணம், மித்ரன் முத்தமிட்டு முடித்து இருந்தான்.

" ஆஃபீஸ் போய்ட்டு வந்து ராத்திரிக்கு மீதி " மித்ரன் சொல்லி விடை பெற, சாரா முகத்தில் வெக்கம். அவன் முகமே பார்க்காது தலைகுனிந்து நின்றவளை இவன் இடுப்பில் கூச்சமூட்ட, துள்ளி குதித்து அவனை பார்த்து சிரித்து இருந்தாள்.

" கிளம்புங்க பா நீங்க, சேட்டை பண்ணிட்டு "

" முகம் பார்த்தா தானே கிளம்ப? என் முகத்தை பாரு " சாரா நிமிர்ந்து கை அசைக்கவும் மித்ரன் கிளம்பி இருந்தான்.

அன்று இரவு மித்ரன் வரவும், சாரா முகத்தில் நாணம் தானாக வந்து அமர்ந்து கொண்டது. உணவு உண்டு பால்கனியில் கதை பேச தொடங்கி, அது சீண்டலிலும்

தூண்டலிலும் கட்டிலுக்கு அவர்களை அழைத்து சென்று இருந்தது. மித்ரன் அவளின் இரவு உடையை கழட்டியும் விளக்கு அணைக்காது முன்னேறி கொண்டு இருக்க, சாரா வெக்கத்தில் முகத்தை மூடி கொண்டாள். தன்னவன் இன்று தனக்கே புதிதாய் தெரிந்தும் அவனின் மோக தூண்டலும் மென்மையும் சாராவை பித்தம் கொள்ள செய்து இருந்தது. முக்கிய கட்டம் வந்து நின்றவனை சாரா விழி விரித்து பார்க்க, இதழ் சேர்த்து கொண்டவன், அவளின் பெண்மைக்குள் சென்று இருந்தான்.

சாரா வாய் திறக்க முடியாது முத்தத்தில் வாய் அடைத்து இருந்தவன், அவர்களின் முதல் புணர்ச்சியை தொடங்கி இருந்தான். இது தான் தாம்பத்தியம் என்று உணர வைத்தான். இதை தான் சுகம் என்று தன் முன்னாள் தோழிகள் கிண்டல் செய்து பேசி கொண்டனர் என புரிய வைத்தான். சாரா முதல் முறை புணர்ச்சியில் உச்சம் கண்டு துடிக்க, மித்ரன் அவள் முகம் எங்கும் முத்தம் வைத்து ஆறுதல் சொல்ல, சாரா கண்கள் கண்ணீரை சிந்தி இருந்தது. மித்ரன் மீண்டும் முன்னேற அவனுக்கு முத்தம் வைத்து அவளின் ஒத்துழைப்பை கொடுக்க ஆரம்பித்து இருந்தாள். அவளின் பெண்மை இறுக்கம் உணர்ந்த நொடி, அவளின் பெண்மை நிறைந்து இருந்தது. மித்ரன் மூச்சு விட்டு கீழே சரிய அவனும் கண்ணீர் வடித்து இருந்தான். அவன் மீது இவள் படர்ந்து முகம் எல்லாம் முத்தம் வைக்க, மித்ரனின் கண்ணீர் நின்று போனது. சாரா முத்தத்தை நிறுத்தாது இன்னும் கொடுக்க,

" போதும் சாரா.. மூச்சு முட்டுது. "

" மித்து பா.. நான் உச்சம் பார்த்துட்டேன்.. இதுவரை இதை உணர்ந்ததே இல்ல தெரியுமா? யார் சொன்னாலும் இனி நம்பாதீங்க. நீங்க என்னை ரொம்ப ரொம்ப சந்தோஷப்படுத்தி இருக்கீங்க. "

சாரா சொல்லவும் மீண்டும் அவன் கண்ணில் நீர் கோர்க்க, சாரா இதழை அவன் கண்ணில் வைத்து இருந்தாள். சாரா முத்தம் கொடுக்க, அவளை தன்னோடு இன்னும் சேர்த்து இறுக்கியவன்,

" சாரா, இப்போ நீ, உன் ரூமில் ஒரு ஃபோட்டோ பார்த்தோம் இல்ல அதே போல இப்போ என்மேல படுத்து இருக்க, இப்படி எல்லாம் மறுபடியும் என்னை மூட் ஏத்தி விடாதா மா.."

சட்டென சாரா நிமிர்ந்து அவன் முகம் பார்த்தவள், எரியும் மின் விளக்கையும்

பார்த்துவிட்டு, அவளின் மார்பை கைக்கொண்டு மறைக்க, மித்ரன் சிரித்து இருந்தான். அவன் சிரிப்பை பார்த்து சாரா போர்வையை கொண்டு உடல் மூட, அந்த போர்வைக்குள் இவனும் நுழைந்து இருந்தான். உடலும் உள்ளமும் இணைந்த இரவை இருவரும் தூங்காது ஒருவரை ஒருவர் பார்த்து கொண்டே விழித்து இருந்தனர். மகிழுவும் நிறைவும் ஒன்றாக கிடைத்து இருக்க, அதீத மகிழ்வு இருவரின் தூக்கத்தையும் திருடி இருந்தது.

அதிகாலையில் மீண்டும் கூடலுக்கு அழைத்தவன், கொஞ்சம் தடுமாறி பின் இனிதாய் உறவை முடித்து இருந்தான். சாரா மீண்டும் உச்சம் கண்டு உடல் சிலிர்க்க, மித்ரன் முகத்தில் நிறைவு. தாம்பத்திய உறவில் காயம் கண்டவர்கள், அன்பால் ஒருவரின் காயத்தை இன்னொருவர் ஆற்றி இருந்தனர்.

26

அதன் பின் இருவரின் வாழ்க்கையும் தெளிந்த நதி போல இன்பமாக சென்றது. சாரா அவளின் தொழில் தொடங்க நல்ல இடத்தை தேடி இருந்தாள். சாரா அவளின் பணத்தை கொண்டே ஆரம்பித்து இருக்க, மித்ரன் அவனின் பணத்தையும் சாராவிடம் கொடுத்து இருந்தான். சாரா கேக், பிஸ்கட், பப் பொருட்களை வெளியே சொல்லி விட்டு, ரொட்டியும் பன்னும் மட்டும் அவர்களே செய்து போல ஏற்பாடு செய்து இருந்தாள்.

சிறிது சிறிதாக கடை வேலையை செய்ய ஆரம்பித்து இருந்தாள் சாரா. ஆரம்பிக்கும் முன் எளிதாக தெரிந்தது எல்லாம், இப்போது கடுமையான சவாலாக தெரிய சாரா தடுமாற, மித்ரன் அவளுக்கு உதவிக்கு துணையாக நின்று இருந்தான். தன் இணைக்கு துணையாக நிற்பது தானே துணையானவரின் கடமை? மித்ரன் வேலைக்கு சென்று வந்து பட்ஜெட் போட்டு, சாரா கேட்ட அனைத்தையும் விசாரித்து ஏற்பாடு செய்து கொடுத்தான்.

சாரா வடை போடும் தாத்தாவை அவளோடு வர சொல்லி கேட்கவும், அவரும் சந்தோசமாக சாராவிடம் ஏற்றுக்கொண்டார். சாரா மித்ரனிடம் விஷயத்தை சொல்ல,

" செம்ம பிசினஸ் லேடி நீ, அவர் வடைக்கே தனியா கூட்டம் வர போகுது. அவருக்கு எல்லா வசதியும் செய்து கொடுக்கனும் சாரா. காலை மட்டும் போட சொல்வோம். நல்லா போனா சாய்ந்தரம் போட சொல்வோம், துணைக்கு ஆள் கூட போடலாம். " மித்ரன் சொல்ல,

" ஆமா சுத்தமா சுகாதாரமா அளவா செய்து விக்கனும். எல்லா வகையான கேக், பப், ப்ரெட் எல்லாம் விக்கனும். சீக்கிரமே நமக்கு ஒரு சொந்த கிட்சன் தயார் செய்யனும். நமக்கு நாமே செய்து விக்கனும். இதெல்லாம் என்னோட ஆசை

மித்து பா "

" கண்டிப்பா செய்வோம் சாரா. எனக்கும் இந்த பிசினஸ் பிடிச்சு இருக்கு. நாளைக்கு லைசென்ஸ் வேலையை பார்க்கலாம் சாரா. "

" தாங்க்ஸ் பா அதான் பெரிய வேலை இதில், எப்எஸ்ஸை லைசென்ஸ், ஹெல்த் லைசென்ஸ், ஜிஎஸ்டி மூணும் முக்கியம் அது போக, லோக்கல் போலீஸ் ஸ்டே-ஷன் கூட சொல்லணும். அப்புறம் தான் அடுத்த வேலையே பார்க்கணும்."

" ஆமா, கடைக்கு தேவையான சேர், டேபிள் இருந்து தம்ளர் வர எல்லாமே வாங்கணும். லிஸ்ட் போட்டு வை சாரா. அப்புறம் பேக்கரி பெயர் என்ன? "

" யம்மி பேக்ஸ் "

" சாரு மா சூப்பர் பெயர் சொல்லவே நல்லா இருக்கு. அறிவு டி "

" இந்த பெயரில் தான் எல்லாமே தொடங்க போறோம். ஆன்லைன் சர்வீஸ் கூட கூடிய சீக்கிரம் தரலாம் முடிவு. "

" கைவசம் நிறைய பிளான் வெச்சு இருப்ப போல? பிசினஸ் மட்டுமே பிளான் பண்ணாம இந்த மித்துவையும் கவனி மா. வாரமாச்சு என்னை பக்கத்தில் சேர்த்து "

" அதெல்லாம் ராத்திரி கவனிக்கலாம். இப்போ கடையை பத்தி சொல்லுங்க "

" நம்ம ட்ரிப் போக போறோம். போய்ட்டு வந்து மீத வேலையை செய்வோம். ஒரு வாரத்துக்கு நம்ம ரெண்டு பேரை மட்டும் நினைச்சா போதும். "

" ஹனி மூன் போக போறோம் கூட்டமா அப்படி தானே? "

" ஆமா.. ஆனா இது இண்டோர் டிரிப், போறதே தனியா உள்ள இருக்க தான். சாப்பிடுவோம், விளையாடுவோம், தூங்குவோம். மறுபடியும் சாப்பிடுவோம், விளை-யாடுவோம், தூங்குவோம்.. இதான் வேலையே "

" ச்சீ.. இதுக்கு எதுக்கு டிரிப் போகனும். வீட்டில் இருந்தா போதாது? "

" வீட்டில் இருந்தா சமைக்கனும், துவைக்கனும், வீட்டை சுத்தம் பண்ணனும், அக்கம் பக்கம் யாரும் கூப்பிட்டா பதில் சொல்லனும். எவ்ளோ இருக்கு? இதே அங்க யாரும் தொந்தரவு பண்ண மாட்டாங்க, ஒரு வேலையும் செய்ய வேண்டி-யது இல்ல, என் கை அணைப்பில் கசங்கினா போதும்."

" இதை தானே பா அன்னிக்கு கார்த்தியும் கேட்டா, அப்போ மட்டும் முடியாது சொன்னீங்க ஏன்? "

" இப்போ எதுக்கு அவளை பத்தி? நானும் தான் சாரா கூப்பிட்டு போனேன். ஆனா ஆஃபீஸ் வேலை அங்க தங்க முடியல. நான் அவளுக்கு அப்பவே சொன்னேன், என் நேரம் பார்த்து ஒதுக்கி லீவ் போட்டு போவோம்னு அவ கேட்கல. நானும் வேலைக்கு சேர்ந்து அதிக மாசம் எல்லாம் இல்ல. என்னால அப்போ லீவ் போட முடியாது அவளுக்கு சொல்லியும் அவ கேட்கல. "

" ஆனா அவளும் சராசரி பொண்ணு தானே? அவளுக்கும் ஆசை இருந்து இருக்கும் தானே? இன்னும் பக்குவமா சொல்லி இருக்கலாம் பா"

" ஓ.. அப்போ தப்பு என் மேல தான் இல்ல? நான் தான் எடுத்து சொல்லாம அவளை அந்த முடிவுக்கு கொண்டு வந்துட்டேன் சொல்றியா?"

" இப்ப ஏன் சத்தம் போடறீங்க? நான் சொல்ல வரது வேற, நீங்க வேற அர்த்தம் செய்யாதீங்க "

" இப்போ எதுக்கு என் பாஸ்ட் பத்தி நீ பேசுற? என் குறையை சுட்டி கட்டா வா? இல்ல நான் கையாளாகதவன் சொல்லவா? "

" மித்து பா.. ஏன் இப்படி பேசறீங்க? "

" நீ வேற மாதிரினு நினைச்சேன் சாரா. என் பழசை பேசி என்னை காயப்படுத்தி பார்ப்பேன் எதிர்பார்க்கவே இல்ல. இதுக்கு மேல எதும் பேச வேண்டாம். எனக்கு சாப்பாடு வேண்டாம். நான் தூங்க போறேன். "

சாரா அமைதியாகி விட, மித்ரன் அறைக்குள் சென்று இருந்தான். சாரா கணக்-கும் குறிப்பும் எழுதிக்கொண்டு இருந்த டயரியை எடுத்து வைத்து, குளிக்க வேண்-

டும் என அறைக்குள் வர இவளை கண்டதும் முகத்தை திருப்பி கொண்டான். குளித்து உடை மாற்றி வர மித்ரன் அவளை கண்ணில் கூட காணாது முதுகு காட்டி படுத்து இருந்தான். தினம் உடை மாற்றும் போதும் உடைகளை எடுத்து கொண்டு வம்பு செய்பவன் இன்று முகத்தை திருப்பி கொள்வது சாராவை கலங்க செய்து இருந்தது.

அவனுக்கு பிடித்த சப்பாத்தியும் கோழி குழம்பு வைத்தவள் உணவை தட்டில் எடுத்துக்கொண்டு அறைக்கு செல்ல,

" என்கிட்ட எதுவும் பேசாத, உன் சமாதானம் எனக்கு தேவை இல்ல."

" யாரும் சமாதானம் பண்ணல உங்களை, சும்மா இருங்க. நான் என்ன சொல்ல வந்தேன் கேட்கவே இல்ல, இதுல சமாதானம் சொன்னா மட்டும் கேட்க போற மாதிரி "

" என்ன சொல்ல வந்த? "

" கார்த்தி உங்களுக்கு செய்தது துரோகம் தான். உங்க காயம் பெருசு தான். ஆனா எனக்கு எப்பவும் உங்க விஷயத்தில் உறுத்துற ஒரு விஷயம். நீங்க அப்போ அதை அவளுக்கு எடுத்து சொல்லாம விட்டது தான் தோணும். அவ ஆசைப்பட்டு ஏமாந்து போய் இருக்கா, எல்லாமே சந்தர்ப்ப சூழ்நிலைகளால் நடந்து இருந்தாலும், அவளை சமாதானம் பண்ணி எடுத்து சொல்லாம விட்டது உங்க தப்புன்னு தோணுது. அதுக்காக அவ செய்தது சரி இல்ல தான். நான் உங்க தப்பும் சில இடத்தில் இருக்குன்னு தான் சொல்ல வந்தேன். உங்க தப்பு தான் எல்லாமே சொல்லல. நம்மை ஒருத்தர் அதிகம் எதிர்பார்க்கிற அளவுக்கு நெருங்க கூடாது. அப்படி நெருக்கம் இருந்தா அவங்களுக்கு உங்களை நீங்க தான் புரிய வைக்கணும். அவ்ளோ தான்."

மித்ரன் அமைதியாக இருக்கா, சாரா உணவை ஊட்டி விட, வாய் திறந்து வாங்கி கொண்டான். சாரா கண்களின் நீர் கோர்க்க, அவள் கண்ணீர் சிதறும் முன் அணைத்து கொண்டான். சாரா இப்போது கோவத்தில் விலகி முகம் திருப்ப, மித்ரன் வாய் திறந்து ஊட்டி விட சொல்லவும் சாரா சமாதானமாகி இருந்தாள்.

இரவு அவன் கொண்ட புரிதல் இல்லாத கோபத்துக்கு, முத்தத்தில் தொடங்கி, வேர்த்து சோர்ந்து சரியும் வரை அவனிடம் வேலை வாங்கிவிட்டு தான் உறங்க

விட்டு இருந்தாள் சாரா. இனிமேல் பழையதை பேச மாட்டோம் என இருவரும் ஒருமனதாக முடிவு எடுத்து கொண்டனர்.

" டிரிப் போலாமா சாரு மா? "

" போலாம் மித்து பா. எனக்கும் இதில் நிறைய கத்துக்கனும். "

" இதுல கத்துக்க என்ன இருக்கு, ஆதாம் ஏவாள் காலத்தில் இருந்து இப்போ வரை மாறாத ஒன்னு இதான்."

" என்னை நீங்க மட்டும் தான் சந்தோசமா வைக்கனுமா? உங்களை நான் சந்தோ-ஷப்படுத்த கூடாதா? ஆண் தான் எப்பவும் புணர்ச்சிக்கு கூப்பிடனுமா? அவன் தான் பெண்ணை எப்பவும் தூண்டனுமா? அவனே புணர்ந்து, அவன் உச்சம் வரை புணர்ந்து உறவை முடிக்கனுமா? ஒரு பொண்ணு இதை எல்லாம் செய்ய கூடாதா? "

" அந்த அளவுக்கு கூச்சம் இல்லாத பெண்கள் நம்ம ஊரில் இல்லையே மா? "

" ஆண்கள் விட்ட தானே அதுக்கு? ஆண் தான் ஆளனும். பெண் எல்லா இடத்தில் கீழ தானே? ஏன் பெண் உங்களை ஆண்டா என்னாகிட போகுது? நாலு சுவருகுள்ள கூட பொண்ணு மேல இருக்க கூடாது இல்ல? "

" அப்படியே பழகிடுச்சே சாரு மா. பொண்ணுங்களுக்கு இதில் கூச்சம், வெக்கம், அவங்க முன் வர மாட்டாங்க இப்படி கேட்டு கேட்டு பெண் இதில் ஆணுக்கு அப்புறம் தான் ஆணே முன்னெடுத்து செய்றாங்க. தன் மனசுக்கும் இன்பம் தர ஒருத்தி தன்னை ஆளாறது சுகம் தான். எந்த ஆம்பள வேண்டாம் சொல்வான்? பெண்ணை ஆண் மட்டுமே ஆராதிக்காம ஆணையும் பெண் ஆராத்திக்கலாம். தன் துணை அவகிட்ட என்ன ஈகோ இதில்? ஆனா பொண்ணுக இதை எல்லாம் எங்க உணர்ந்து செய்றாங்க? "

" இங்க காமம் சொன்னாலே ஆண் பெண் புணர்ச்சி மட்டும் தான். பெண்ணுக்கு விருப்பம் இருந்தா ஆண் அவளோட கூடலாம். சிம்பிளா சொல்லிடுவாங்க. பெண் உடல் தானே கவர்ச்சி இங்க? ஆணுக்கான உலகம்.. ஆண் சுகத்தை முன் வெச்சு கவர்ச்சியை சொல்லி இருக்கு, இதே பெண்ணுக்கும் சமமான இடம் இருந்தா ஆண் உடலில் எது பெண்ணுக்கு பிடிக்கும்னு பெண்களே சொல்லி இருப்பாங்க.

தாம்பத்தியம் உடல் அன்போட, புரிதலோட கூடுறது மட்டும் இல்ல. தன் இணைக்கும் உணர்வு உண்டு உணர்ந்து செயல்படுறது."

" ஓகே சாரு மேடம்.. நீங்க உங்க ஆசை போல என்னை செய்யுங்க, நான் உங்களுக்கு முழு ஒத்துழைப்பு தரேன். "

" கிண்டல் பண்ணாதீங்க பா "

" சாரு மா.. உன்னை போல இதான் வேணும் பேசி புரிய வைக்கிற துணை எல்லாருக்கும் இல்ல. நீயும் நானும் வாழ போறது இந்த ஒரு வாழ்க்கையை தான் அதை நம்ம விருப்பம் போல புரிதலோட வாழனும். "

" நான் ரெடி டிரிப் போலாம்." சாரா சொல்லவும் மித்ரன் அவளை அள்ளிக்கொண்டான்.

27

அன்று மித்ரன் வேலையில் இருந்து வரும் போதே உற்சாகமாக இருந்தான்.

" என்ன சார் முகம் எல்லாம் பிரகாசமா இருக்கே? "

" ஆமா டார்லிங், நம்ம டார்ஜீலிங் போக போறோம். நாளைக்கு சாய்ந்தரம் கிளம்பனும். என் சாருகுட்டி ரெடியா? "

" அங்க குளிரும் பா ரொம்ப "

" அட லூசு பொண்ணு அதான் உன் மித்துகுட்டி இருக்கேனே? என்ன கவலை உனக்கு? "

" வர வர உங்க குறும்பு தாங்கல, பேக் பண்ணி இருக்கிறது போதுமா? புதுசா ஸ்வெட்டர் மட்டும் வாங்கணும். அங்க போய் வாங்க முடியாது. ஆனா அங்க பக்கத்தில் எங்காவது வாங்கனும். "

" சரி மா, வாங்கிடுவோம். வேற எதும் இங்க வாங்கனும் சொன்னா, கிளம்பு தேவையானதை வாங்கிட்டு, டின்னர் போய்ட்டு வருவோம்."

" டின்னரா? போலாம். என்ன வாங்கனும், வேணும்னு பேக் பண்ணி இருக்கிற பொருளில் ஒரு முறை பார்க்கனும். பார்த்து லிஸ்ட் போட்டு கிளம்பி வரேன். நீங்க போய் ஃப்ரெஷ் ஆகிட்டு வாங்க. "

சாரா கிளம்பும் முன்னே மித்ரன் கிளம்பி இருக்க, அவனுக்கு என்று தேநீர் செய்து குடித்து இருந்தான். சாரா அரைமணி நேரம் கழித்து வந்தாள். இருவரும் லிஸ்டில் உள்ள பொருட்களை வாங்கி கொண்டனர். பின் இரவு உணவு சென்று இல்லம் வந்தனர்.

படுக்கையில் சாராவை மித்ரன் பக்கம் இழுக்க,

" நாளையில் இருந்து இதே தானே வேலை? இன்னிக்கி லீவ் விட கூடாதா? "

" ஐ.. ஆசை.. நான் அணைச்சுட்டு தூங்க தான் இழுத்தேன். அது எல்லாம் இன்னிக்கி சீன்ல இல்ல."

" நம்பிட்டேன்.. நம்பிட்டேன்.. "

" அங்க போனாலும் நீ தான் எல்லாமே செய்யனும். நான் அமைதியா தான் இருப்பேன். " மித்ரன் சொன்னதை கேட்டு சாரா இதழ் விரிய, அவன் கன்னத்தில் முத்தம் வைத்து விட்டு திரும்பி படுத்து கொண்டாள். மித்ரன் அவளை பின்னிருந்து அணைத்து கொள்ள இருவரும் உறங்கி இருந்தனர்.

காலை வீட்டை சுத்தம் செய்து, கேஸ் சிலிண்டரின் இணைப்பை தனியே கழட்டி வைத்து, அத்தனை மின் சாதனங்களையும் பிளக் இருந்து கழட்டி விட்டு, ஃப்ரிட்ஜ் உள்ள அவசியம் இல்லாத பொருட்களை எல்லாம் எடுத்து விட்டு, காய்கள், ஜாம், எல்லாம் எடுத்து ஒரு பையில் அடைத்து இருந்தாள். ஃப்ரிட்ஜ் சுத்தமாக துடைத்து அதையும் மின் இணைப்பில் இருந்து கழட்டி எடுத்தவள், குளித்து கிளம்ப, மித்ரன் பயணத்துக்கு தேவையான ஏற்பாட்டை செய்து இருந்தான்.

இருவரும் முதலில் கோவை சென்று மித்ரனின் தாய், தந்தையிடம் விவரம் சொல்லி காய்களை அவரிடம் கொடுத்து விட்டு, கோவை விமான நிலையம் கிளம்பி வர, ஒவ்வொரு ஜோடியாக கிளம்பி வந்து இருந்தனர். குழந்தை வைத்து இருந்த இரு ஜோடிகள் மட்டும் வரவில்லை. அதில் ஜெய், ராகவியும் இருக்க, சாரா கொஞ்சம் கவலையை தர, மித்ரன் உடன் செல்லும் பயணம் என்பது நினைவுக்கு வர, அதுவே மனதை உற்சாகமாக செய்து இருந்தது.

முதலில் கோவையில் இருந்து விமானம் மூலம் பாக்டோக்ரா வரை பயணம் செய்தவர்கள். பின் அங்கிருந்த கடையில் ஸ்வெட்டர் வாங்கி கொண்டனர்.

பின் டாக்ஸி மூலம் டார்ஜிலிங் வந்து சேர்ந்து இருந்தனர். ரிசார்ட் அறை எடுத்து இருந்தனர் அனைவருக்கும், அவரவர் அறை சாவியை வாங்கி கொண்டு, இரண்டு மணி நேரத்தில் உணவு உண்ண வர வேண்டும் என பேசிக்கொண்டு அறைக்கு சென்று இருந்தனர். சாரா அறையை சுற்றி பார்த்து நின்று இருந்தாள். மரவேலைபாட்டில் அழகாய் இருந்த அறையை ரசித்தவள் மித்ரனை தேட அவனோ குளிக்க சென்று இருந்தான். ஜன்னல் பக்கம் வந்து நின்றவள் வெளியே தெரியும். மாலை வெளிச்சம் மறையும் அழகை ரசித்துக் கொண்டு இருந்தாள்.

மித்ரன் குளித்து வந்து கட்டிலில் படுத்து,

" போ சாரு மா, குளி ரெஸ்ட் எடுப்போம். ஒரு வாரம் இங்க தான் இருக்க போறோம். பொறுமையா பார்ப்போம். இப்போ தேவை ஓய்வு தான். "

சாரா குளித்து வந்து படுத்து கொள்ள, மித்ரன் உறங்கி இருந்தான். சாரா ஆழ்ந்த உறக்கத்தில் இருக்க, மித்ரன் அலைபேசி அடிக்கவும் எழுந்து இருந்தான்.

" சாரா எழுந்து கிளம்பு, சாப்பிட்டு வரலாம்."

" இப்போ எனக்கு வேண்டாம் பா. அப்புறம் போவோம்."

" வா மா.. ஒன்னா சாப்பிட்டு நாளைக்கு என்ன பிளான் கேட்டு வரலாம். அப்புறம், நீ உன் இஷ்டம் போல தூங்கு. வா சாரு மா.. நான் அங்க தனியா போய் உக்காரணும். கூச்சமா இருக்கும். "

இருவரும் அங்கே செல்லவும் பாதி பேர் வந்திருக்கவில்லை. காத்திருந்து சாரா தூக்கமே போய் இருந்தது. சாரா மித்ரனை முறைக்க, மித்ரன் அவளை பார்த்து சிரித்து வைத்தான். அறை மணி நேரம் கழித்து அனைவரும் வர, ஆர்டர் செய்து சாப்பிட ஆரம்பித்து இருந்தனர். நாளை டைகர் ஹில், பட்டாசியா லூப், ஹிமாலயன் இரயில்வே செல்வோம் என்று முடிவு செய்து கொண்டனர். உணவு உண்டு சிறிது நேரம் பேசிவிட்டு அறைக்கு வர,

" நாளைக்கு காலையில என்னை விரட்டினீங்க உங்களை என்ன செய்வேன் எனக்கே தெரியாது, சொல்லிட்டேன். தூங்க விடமா.. இப்போ தூக்கமே இல்ல எனக்கு என்ன செய்ய? "

" சாரி மா.. டிவி பார்ப்போம் மா? "

சாரா முகத்தை திருப்பி கொண்டு அமர்ந்து கொள்ள, மித்ரன் அவளை கட்டி-லுக்கு தூக்கி சென்று இருந்தான்.

" வீட்டுல என்ன என்னவோ சொன்ன இல்ல? அதை எல்லாம் செய்வோமா? நேரத்தை வீண் பண்ணாம ஆரம்பிப்போம் வா. "

" நானே கடுப்புல இருக்கேன். உங்களுக்கு இப்போ ரொமான்ஸ் கேட்குது இல்ல? "

" என் தங்கம் இல்ல, 16 பேர் இருக்கிற இடத்தில் அப்படி தான் டா இருக்கும். விடு இனி உன்னை விரட்ட மாட்டேன். "

" உண்மையாவே நான் தான் ஆரம்பிக்கனுமா? "

" வசனம் எல்லாம் யாரோ ரெண்டு நாள் முன்னாடி பேசினாங்களே? "

" நான் ரெடி.. நீங்க ? " சாரா கேட்கவும்,

" நானும் ரெடி தான் பார்ப்போம் உன் திறமைய.."

சாரா தயங்கி தயங்கி ஆரம்பிக்க அவளின் கண்ணை மட்டுமே பார்த்து இருந்தான் மித்ரன். அவளின் ஒவ்வொரு செயலும் அவனை மோகமேற்ற, உடையை கழட்ட உதவி இருந்தான். சாரா கூச்சம் கொண்டு தயங்கி சில நொடிகள் நின்று, அவனை எடுத்து கொண்டாள். முகத்தில் முத்தம் வைத்து ஆரம்பித்து, இதழ் வந்து இருக்க, ஆண் செய்யும் தூண்டல் எல்லாம் இவள் செய்ய, மித்ரன் மூச்-சுவாங்க ஆரம்பித்து இருந்தான். மித்ரன் உறவுக்கு அழைக்க, சாரா அவனின் ஆண்மையை பெண்மைக்குள் வரவேற்று இருந்தாள். மித்ரன் கண் பார்த்து விட்டு புணர்வை ஆரம்பித்தாள். முதலில் யாருக்கு உச்சம் என்ற நிலையில், சாரா உச்-சம் அடைந்து களைத்து போக, மித்ரன் மீதியை முடித்து இருந்தான். இருவரும் இன்ப மயக்கத்தில் இதழ் அணைத்து விட்டு, உடல் பிரிந்து உறங்கி இருந்தனர்.

அடுத்த நாள் கிளம்பி சொன்ன இடங்கள் எல்லாம் பார்த்து ரசித்து, மாலை வேளையில் அறை வந்தவர்கள். அறைக்கு உணவை ஆர்டர் செய்து உண்டு

விட்டு, உறங்கி இருந்தனர். அதற்கு அடுத்த நாள் ஓய்வு நாள் என்று அத்தனை ஜோடிகளும் அறைக்குள் அடைந்து இருந்தனர். வாட்டும் குளிர் உடலை ஊசியாய் குத்த, துணையின் அணைப்பு தேவையாக இருந்தது. அன்று முழுக்க புணர்ச்சி மட்டுமே வேலையாய் இருக்க, சாரா இருமுறை சோர்ந்து இருந்தாள்.

இடையில் புகைப்படம் எடுப்பது, அரட்டை அடிப்பது, கண் குளிர மனம் மயங்கும் காட்சிகளை பார்ப்பது, இயற்கையோடு இணைந்து இருப்பது என இந்த தேன்நிலவு இருவருக்கும் அதிக நெருக்கத்தை கொடுக்க, கூடலும், அக்கறையும், அன்பும், விட்டுக்கொடுத்தலும், ரசனையும் இருவருக்குள்ளும் புரிதலை தந்து இருந்தது. பாதுகாப்பாய் பயணம் முடித்து ஒரு வாரம் தனி தீவில் வாழ்ந்தவர்கள் கோவை கிளம்பி இருந்தனர்.

கோவை வந்ததும் சாரா ஓடியது இலக்கியாவை காண தான். அவர்களின் அந்தரங்கம் சாராவால் பகிரப்படுவது அவளுக்கு மட்டும் தான். அதுவும் இலை மறை காய் மறையாக விஷயம் இதுவென கூறி இலக்கியா மித்ரன் மேல் கொண்டு இருக்கும் கவலையை போக்குவதற்காக கூறுவாள். இன்றும் அப்படியே அண்ணியை காண வந்து இருந்தாள்.

தேனிலவு கதைகளை கூறி, இருவரும் இணைந்து விட்டோம் என்று நற்செய்தி கூற, இலக்கியா சாராவை கட்டிகொண்டாள். தம்பி மன அழுத்ததில் இருந்து, காயத்தில் இருந்து மீண்டு விட்டான் என்பது பெரும் மகிழ்வை தந்து இருந்தது. இருவரும் சிறிது நேரம் பேசி, பின் இலக்கியாவின் உடல் நலம் பற்றி விசாரித்து இருந்தாள். சாரா மட்டும் தனியே வந்திருக்க, மித்ரன் சாராவை அழைக்க வந்து, அக்காவையும் நலம் விசாரித்து கொண்டான். பின் இருவரும் விடைபெற்று உணவு உண்ண ஹோட்டல் செல்ல, அந்த ஹோட்டல் வாசலில் மனோஜின் அம்மா உணவு கேட்டு சாராவின் கைப்பிடித்து கேட்க, சாரா அவரை கண்டதும் அதிர்வில் நின்று விட்டாள். மித்ரன் சாரா தோள் தொட,

" மித்து பா, இது மனோஜ் அம்மா.. இவங்க இங்க.. இந்த நிலையில்.. "

" அவங்களை வீட்டுக்கு கூப்பிட்டு போவோம். நான் சாப்பாடு வாங்கிட்டு வரேன். நீ அவங்களை கார் உள்ள கூப்பிட்டு போ " மித்ரன் சொல்ல, சாரா நகர்ந்து இருந்தாள்.

" அம்மா.. என்னை தெரியுதா? நான் சாரா.. "

" சாரா.. சாரா.. எப்படி மா இருக்க? "

" நீங்க ஏன் இப்படி இருக்கீங்க? என்னாச்சு? மாமா எங்க? "

" அவர் உயிரோட இல்ல. அவர் இருந்தா என்னை இப்படி விடுவாரா, பிரவீன் பொண்டாட்டி என்னை வெளிய அனுப்பிட்டா, அவனும் தடுக்கல, கொஞ்சம் நாள் வேலை பார்த்தேன். இப்போ முடியல மா. ஆனா வயிறுன்னு ஒன்னு இருக்கே?"

அவர் அழுது கொண்டே கூற, சாரா அவரை தன்னோடு அழைத்துச் சென்றாள். மித்ரன் வரவும் அவனை கேள்வியாக பார்த்தவர், சாரா விவரம் சொல்ல, அமைதியாகி இருந்தார். மித்ரன் விவரத்தை தந்தையிடம் கூற, ஜோதி மறுக்க, மித்ரன் எடுத்து கூறி அவரை சமாதானம் செய்ய, சரியென கூறி இருந்தார். இல்லம் அழைத்து வந்து அவரை குளிக்க சொல்லி உணவு கொடுக்க, அவரோ மௌனமாக அனைத்தும் செய்து இருந்தார். இரவு அவரோடே சாரா உறங்க செல்ல, மித்ரன் தைரியம் சொல்லி அனுப்பி இருந்தான். காலை எழுந்தவர்,

" சாரா, எனக்கு கொஞ்சம் பணம் கொடு நான் போறேன். நீ இப்போ தான் சந்தோசமா இருக்க, அதை கெடுக்க விரும்பல மா. மனோ உனக்கு செஞ்ச பாவம் தெரிஞ்சும், அவன் மாறுவான் உனக்கு கல்யாணம் பண்ணி வெச்சோம். உனக்கு செஞ்ச பாவம் தான் இப்போ இந்த நிலையில் இருக்கு என் குடும்பம். "

" பணம் கொடுத்தா எவ்ளோ நாள் வரும் மா? நான் உங்களை பாதுகாப்பான ஒரு இடத்தில் சேர்த்து விடுறேன். அங்க உங்க பையன் கொடுத்த பணத்தை எல்லாம் நன்கொடையா கொடுத்துட்டேன். அங்க உங்களை ராணி மாதிரி பார்த்துப்பாங்க. எதுவும் மறுத்து பேச வேண்டாம். "

அவரோ கை எடுத்து கும்பிட, சாரா ஆதரவு இல்லத்தில் அவரை சேர்த்து இருந்தாள். அவர் உடுத்த நல்ல உடை வாங்கி கொடுத்தாள். இல்லத்தில் அவரை சொந்த தாய் போல பார்த்து கொண்டனர். சாரா இல்லம் வந்து ஜோதி மடியில் தலை வைத்து கொள்ள, ஜோதி ஆறுதல் சொல்ல, சாரா அமைதியாகி இருந்தாள்.

28

" அதான் அவங்களை பத்திரமான ஒரு இடத்தில் விட்ட தானே மா? இன்னும் ஏன் கவலை? "

" அத்தனை ஆடம்பரமா, சொகுசா வாழ்ந்தவங்க அத்த, அவங்களுக்கு வேலை செய்யவே நாலு பேர் இருப்பாங்க எப்பவும், கோடி கணக்கில் சொத்து இருந்தது எல்லாத்தையும் இப்படி புடுங்கிட்டு பெத்த தாயை நடுத்தெருவில் விட எப்படி மனசு வந்தது? மனோஜ் பொம்பள பொறுக்கி தான். ஆனா பெத்த தாயை இப்படி கை விட்டு இருக்க மாட்டான். ஒரு வேளை சாப்பாட்டுக்கும் பிச்சை எடுக்க விட்டானே மனசு துடிக்குது அத்த "

" எல்லாம் விதி, இருக்கும் போது அதோட அருமை யாருக்கு தெரியுது? தட்டில சாப்பாட்டை பார்க்கவே தவிக்கிற கூட்டம் இருந்தும், அண்டா அண்டாவா அன்னத்தை வெளிய போடுற கூட்டமும் உண்டு. நாம பிடிக்கல ஒதுக்குற உப்புமா இன்னொருத்தனுக்கு பார்க்காத ஒரு உணவா இருக்கும். இப்படி ஒதுக்கி வேண்டாம் சொன்னவனுக்கு அதே உப்புமா கிடைக்காத பசிக்குன்னு தோணும் அப்போ தான் அதோட அருமை தெரியும். " பிறர்க்கின்னா முற்பகல் செய்யின் தமக்கின்னா பிற்பகல் தாமே வரும். " சும்மா சொல்லல. நீ கவலையை விட்டு குளிச்சுட்டு வா, மித்ரன் அவரோட வெளிய போய் இருக்கான். இப்போ வர நேரம் தான் வந்துருவான். ஒன்னா சாப்பிடலாம். "

சாரா அறைக்குள் சென்றும் அப்படியே பழைய நினைவில் அமர்ந்து இருக்க, மித்ரன் அறைக்குள் வந்து இருந்தான். அவளை பின்னிருந்து அணைத்து அவன் நெஞ்சில் சாய்த்து கொள்ள, சாரா அமைதியாக நெஞ்சில் சாய்ந்து கொண்டாள்.

" அதையே யோசிக்காத, அவங்க நல்ல நேரம் உன் கண்ணில் பட்டாங்க. இனி-மேல் கோவை வரும் போது அவங்களையும் போய் பார்ப்போம். இப்போ தான் உன் முகத்தில் சிரிப்பு வந்தது. அதுக்குள்ள எதையும் யோசிச்சு மனசை பாரமாக்-காத சாரு மா "

" சரியாகிடுவேன் பா. புத்திக்கு புரியுற எதும் மனசுக்கு புரிய மாட்டிங்குது. குளிச்-சுட்டு வரேன் இருங்க. "

" சரி டா சீக்கிரம் வா பசிக்குது. "

இருவரும் அங்கே இரு நாள் தங்கி இருந்து விட்டு பொள்ளாச்சி வர, மீண்டும் மித்ரன் வேலைக்கு ஓட ஆரம்பித்து இருந்தான். சாரா பேக்கரி வேலைக்காக அலைய, மித்ரன் அவளுக்கும் உதவி செய்து வேலையையும் பார்த்து கொண்-டான். மூன்று மாதம் கழித்து ஒரு நன்னாளில் "யம்மி பேக்ஸ்" என்னும் பெயரு-டன் பேக்கரியை திறந்து இருந்தாள் சாரா.

அதன் பின் இருவருக்கும் கடையின் வேலையே பெரிதாக இருந்தது. மித்ரன் பணத்தை கையாள, சாரா கடை நிர்வாகத்தை கையாள இருவரும் பேசி கலந்து ஆலோசித்து சிறிது சிறிதாக வியாபாரம் பெருக முயற்சி செய்தனர். ஆரம்பத்-தில் மந்தமாக தொடங்கி, இரு மாதத்தில் வியாபாரம் உயர ஆரம்பித்து இருந்-தது. சாரா கடையில் பொழுதை கழித்து வந்தாள். மித்ரன் அவளுக்கு துணையாக நின்று உதவினான். அமுதா அக்காவை பழையபடி வேலைக்கு சேர்த்து கொண்-டவள் சமையலை தவிர்த்து மற்ற வேலைகளை பார்க்க சொல்லி இருந்தாள். அவரும் சாராவின் உண்மை அன்பை புரிந்து கொண்டார்.

தொழில், வேலை என எது இருந்தாலும் படுக்கை அறைக்குள் இருவரும் மித்ரன் - சாரா என்ற சக மனிதர்களாக வாழ்ந்தார்கள். ஒருவரின் மீது இன்னொரு-வர் அன்போடு உதவி, கை பிடித்து, கால் பிடித்து, இணையின் தேவையை உணர்ந்து கூடியும், பிரிந்தும் உறவை வளர்த்தார்கள். சாரா முதல் திருமணத்தில் இழந்த அனைத்தையும் மித்ரன் தந்து இருக்க, அவனின் அன்பில் அக்கறை-யில் நெகிழ்ந்து போய் இருந்தாள். முதல் திருமணத்தில் மித்ரன் இழந்த புரிதலை சாரா முழுதாக பெற்று இருக்க, அவனின் வேலையில் காணும் ஏற்றமும், வீட்டில் கிடைக்கும் நிம்மதியும் திருமண வாழ்வை சொர்கமாக மாற்றி இருந்தது.

சாராவின் பேக்கரி பெரிதாக வியாபாரம் கொடுக்கும் நேரத்தில் இலக்கியாவின்

வளைகாப்பு வந்து இருந்தது. நிறைமாத கர்ப்பிணி அவளுக்கு வளையல் வாங்க வேண்டும் என சாரா கூற, மித்ரன் ஃபேன்ஸி கடைக்கு அழைத்து செல்ல, அவனை முறைத்தவள் நகை கடைக்கு அழைத்து சென்று இருந்தாள். தன் அக்காவிற்கு பொன் வளையல் வாங்கியவளை பார்த்து மித்ரன் பூரித்துப்போக, சாரா கடை வேலையை நினைத்து சோர்ந்து போய் இருந்தாள்.

" ஏன் சாரா முகத்தில் இத்தனை சோர்வு? "

" என்னப்பா இலக்கியா அண்ணிக்கு வளைகாப்பு நாம கண்டிப்பா போகனும், அதும் ஒரு வாரமாவது அங்க இருக்கனும். நீங்க கூட ரெண்டு நாள் லீவ் போட்டுக்கலாம். வேற பெரிய வேலை எதும் இருக்காது. ஆனா எனக்கு எவ்ளோ வேலை இருக்கு தெரியுமா? அண்ணியை நம்ம வீட்டுக்கு கூப்பிட்டு வர வீட்டையே சுத்தம் பண்ணனும். அத்த எப்படி தனியா செய்வாங்க? நானும் போகனும், இதுக்கும் அத்த போன் பண்ணி எப்போ வரன்னு கேட்டாங்க. எனக்கு ஒரு வாரம் கடையை விட்டு எப்படி போறதுன்னு கவலையா இருக்குப்பா "

" இவளோ தானா சாரா? இதுக்கா உனக்கு இத்தனை கவல? நான் இருக்கேன் இல்ல? நான் பார்த்துக்கறேன். நீ போய்ட்டு வா, நான் இருக்கேன். நான் வர ரெண்டு நாளை சமாளிக்க தெரியாத அளவுக்கு கடையில் யாரும் திறமை இல்லாம இல்ல. வடை தாத்தா பாரத்துப்பார். கடை முழுக்க கேமரா ஓடுது. என்ன நடந்தாலும் நமக்கு தெரியும். பார்த்துப்போம் சாரா. கோவை போய்ட்டு வந்து ஒருத்தரை வேலைக்கு எடுப்போம். அவருக்கு ஏழு ஆயிரம் சம்பளம் பேசிடு, மேற்பார்வை பார்த்து கள்ளா கணக்கு கொடுக்கனும் சொல்லிடலாம். இனி நீ எப்படியும் அடிக்கடி அங்க போய்ட்டு வரணும். பிரசவம் நேரத்தில் உதவிக்கு நம்ம போய் தான் ஆகனும் சாரா. இதான் சரியான வழி இப்போ. "

" என்ன நீங்களா? நீங்க கல்லாவில் உக்கார்ந்து.. வேண்டாம்.. வேண்டாம். வேற வழி பார்ப்போம் இல்ல கடைக்கு லீவ் விடுவோம். "

" ஏன் நான் வேண்டாம்? நான் உக்கார கூடாது? என்ன பிரச்சனை இதில் உனக்கு? "

" ஏன் பா உங்க படிப்பு என்ன? வேலை என்ன? நீங்க போய் கடை கல்லாவில் உக்காந்தா நல்லா இருக்காது. ஏசி ரூம் உள்ள உக்கார்ந்து கணக்கு பாருங்க அது தான் உங்களுக்கு சரி. "

" சாரா லூசு மாதிரி பேசாத நான் என்ன பெரிய இவனா? நம்ம கடை அது.. அங்க நான் உக்காரமா வேற யார் உக்காருவாங்க சொல்லு? கௌரவம் பார்க்கிற இடமா அது? எச்சி பிளாட் கூட கழுவலாம். கஸ்டமர் இல்லாம நம்ம எங்க மா? என் கீரிடம் எதும் குறையாது. நான் பார்த்துக்கறேன். நீ சமத்தா போ, பின்னாடியே நான் வரேன் சரியா? "

" இல்ல பா.. எனக்கு சரின்னு தோணல, யாராவது உங்க ஆஃபீஸ் ஸ்டாப்ஸ் பார்த்தா ஒரு மாதிரி இருக்கும் இல்ல? "

" சாரா கோவத்தை கிளப்பாத, நம்ம கடையில் நான் வேலை பார்க்கிறேன். எவனுக்கு வலிச்சா எனக்கு என்ன? நான் கொலை, கொள்ளை செய்யல, நம்ம கடை வேலை தானே? இனியும் தயங்கினா இனி கடை பக்கமே வர மாட்டேன். "

" அச்சோ அச்சோ அப்படி இல்ல மித்து பா.. உங்க மரியாதை எனக்கு ரொம்ப முக்கியம். ஒருத்தன் உங்களை குறையா பார்த்தாலும் எனக்கு தாங்காது. என் தயக்கம் எல்லாம் இதுக்கு தான். நீங்களே திடமா இருக்கும் போது எனக்கு என்ன கவலை? கண்டிப்பா போய் பாருங்க. நான் அண்ணியை பார்க்க கிளம்புறேன். "

" அப்புறம் ஒரு வாரத்துக்கு எனக்கு தேவையான ஹக், உம்மா, மத்தது எல்லாம் கொடுத்துட்டு போய்டு சாரா, எனக்கு உன்னை நிறைய தேடும் அப்புறம் எல்லாத்தையும் விட்டு ஓடி வந்துருவேன். "

" அதெல்லாம் ராத்திரிக்கு தான். இப்போ சமைக்கனும் எனக்கு, நெருங்காம தள்ளி போங்க. "

" நானும் சமைக்க தான் கூப்பிடுறேன். ஒரு வாரம் ஆச்சு ஆல்ரெடி.. பசி எனக்கு மட்டும் இல்லையா? பசி உனக்கு வந்தா மட்டும் தூக்கத்தில் கூட என்னை வேலை வாங்குற இல்ல? "

" ச்சீ.. அசிங்கமா பேசாதீங்க பா. "

" பேசுல செய்யுறேன் வா " மித்ரன் அவளை அறைக்கு தூக்கி சென்று இருக்க, கட்டிலில் சமையல் இனிதே நடைபெற்றது. களைப்பாக உறங்கியவளை உறங்க

விட்டு இருவருக்கும் உணவு வாங்கி வந்து இருந்தான்.

சாரா எழுந்து வரவும் உணவை பரிமாறி கொடுக்க, அவளோ அவன் மடியில் வந்து அமர்ந்து கொண்டாள். இப்போதெல்லாம் தினம் இரவு உணவை மித்ரன் தான் ஊட்டி விடுகிறான். சலிக்காது மனைவிக்கு தினமும் அன்போடு ஊட்டி விடுவது அன்றாட வேலையாகி இருந்தது. தன்னவனின் கைகளில் மட்டுமே குழந்தையாய் மாறுவது பெண்களின் குணம். அவன் மடியில் அமர்ந்தவளை முத்தம் வைத்து கீழே அமர்த்தி உணவை ஊட்டி விட, சாரா உணவை வாங்கி கொண்டாள்.

உண்டு பால்கனியில் படுத்து இருந்தவர்கள் அன்றைய பௌர்ணமி நிலவை ஒன்றாக ரசித்து இருந்தனர். சாரா மித்ரன் முகம் எங்கும் முத்தம் கொடுக்க,

" என்னாச்சு ஏன் என் மூச்சியை ஈரம் பண்ற? அழகா பிறந்தாலே இதான் பிரச்சனை. "

" என் இஷ்டம் எனக்கு சொத்து எழுதி கொடுத்த அழகன் நீ.. என் இஷ்டம் போல முத்தம் வைப்பேன். உன் அழகு முழுக்க முழுக்க எனக்கு தான். நான் ரொம்ப சந்தோசமா இருக்கேன் மித்து பா.. நேத்து கோவிலில் ஒரு பாட்டி எனக்கு சீக்கிரம் குழந்தை பிறக்கும் சொன்னாங்க, அதில் இருந்து மனசு குழந்தை, நீ, நான் கனவா இருக்கு, இலக்கியா அண்ணி எனக்கு மருமகன் பெத்து தரணும். அவங்களுக்கு மருமக பெத்து தரணும் ஆயிரம் எண்ணம். இவளோ நாளா தொழில், நீங்க இருந்த எனக்கு இப்போ எண்ணம் எல்லாம் குழந்தை தான். குழந்தை வந்தா எப்படி சமாளிப்பேன் யோசிச்சுட்டு இருந்தேன் என் பெரிய மன குறையை, நான் இருக்கேன் சொல்லி தீர்த்து வெச்சு இருக்கீங்க. அதுக்கு தான் இவளோ உம்மா. "

" என் பொண்டாட்டி நீ என் மரியாதையை யோசிக்கும் போது, நான் உன் கனவை யோசிக்க மாட்டேனா? நம்ம உழைப்பு சாரா இந்த பேக்கரி உன் விருப்பம் போல உன் அப்பா போலவே நீ பல கிளை இதுக்கு தொடங்கனும். "

" லவ் யூ மித்துக்குட்டி " சாரா மீண்டும் முகம் நனைக்க, மித்ரன் சுகமாக படுத்து கொண்டான்.

29

சாரா கோவை கிளம்பி இருக்க, மித்ரன் எதையோ இழந்தவன் போல இரு நாளிலேயே தவிக்க ஆரம்பித்து இருந்தான். எப்போதும் மித்து பா என அழைத்து கொண்டு வலம் வரும் ஒருத்தி இல்லாது, அவளின் ஸ்பரிசம் இல்லாது நாட்கள் வெறுமையாய் இருந்தது. மித்ரன் வேலைக்கு செல்வதும் மாலையில் கடைக்கு வந்து அன்றைய பொறுப்புகளை கவனிப்பதும் என பிஸியாக இருந்தாலும், சாரா நேரம் தவறாமல் அவனிடம் பேசினாலும், ஏனோ அவளின் நினைப்பு வாட்டியது.

மித்ரன் கடை உதவிக்கு லோகேஷ் என்ற பையனை சேர்த்து இருந்தான். நல்ல ஆரம்ப சம்பளம் கொடுத்து கடையின் வேலைகளை இரு நாள் சொல்லி கொடுத்தான். பின் லோகேஷ் வேலையை கற்றுக்கொள்ள இரு நாள் நேரம் கொடுத்து அந்த வார இறுதியில் கோவை வந்து விட்டான். அவன் வந்த நேரம் சாரா, ரங்கராஜன் இருவரும் இல்லை. அம்மாவிடம் பேசிவிட்டு அவன் ஓய்வு எடுக்க சென்று விட, உறங்கி இருந்தான். மாலை நான்கு மணி ஆகியும் சாராவை காணவில்லை.

ஐந்து மணிக்கு சாரா வரவும், மித்ரன் அவளை கண்டு கலங்கி நின்று இருந்தான். இருவரும் மார்கெட் சென்று வந்து இருந்தனர். சாரா மாமியாரிடம் லிஸ்ட் வாசித்து அனைத்தும் வாங்கி வந்து இருக்கிறோமா என சரி பார்த்து, மீத பணத்தை ஒப்படைத்து, காஃபி போட்டு மாமானர் கையில் கொடுத்து விட்டு, அவளுக்கும் மித்ரனுக்கும் காஃபி எடுத்து கொண்டு அறைக்குள் வர, மித்ரன் கண்களை துடைக்க,

" ஏன் பா என்னாச்சு? எதுக்கு அழரீங்க? "

" உன்னை ரொம்ப மிஸ் பண்ணேன் சாரு மா.. உன்னை பார்த்ததும் கண் கலங்கிடுச்சு. நான் உன்னை ரொம்ப நேசிக்கிறேன் சாரா. என்னால உன்னை பிரிஞ்சி இருக்கவே முடியல. ஒரு வாரமே பைத்தியம் பிடிச்ச மாதிரி இருக்கு. "

" அச்சோ ஏன் மா இப்படி? ஃபோன் பண்ண அப்போ எதும் இல்லாத மாதிரி பேசினீங்க, அப்பவே ஒரு வார்த்தை சொல்லி இருந்தா வந்து இருப்பேன் இல்ல? இதோ நடுவில் ஒரு நாள் தான் சன்டே வளைகாப்பு முடிச்சா பொறுப்பு முடிஞ்சுது. அண்ணியை வீட்டுக்கு கூப்பிட்டு வந்து ஒரு நாள் இருந்துட்டு திங்கக்கிழமை வீட்டுக்கு போய்டலாம்."

" ம்ம்.. சரி வேற எதும் வேலை இருக்கா? "

" இருக்கு மெனு எழுதிட்டோம். ஒரு முறை ஹோட்டல் போய் அதை உறுதி பண்ணிட்டு காசு கொடுத்துட்டு வரணும். வேற பெரிய வேலை எதும் இல்ல. அண்ணிக்கு தேவையான எல்லாமே வாங்கிட்டேன். ஒரு முறை இன்னிக்கி எல்லாத்தையும் எடுத்து வெச்சு சரி பார்க்கனும் பார்த்து விட்டு போனதை லிஸ்ட் போட்டு வாங்கனும் காஃபி குடிச்சுட்டு செய்யலாம். "

" அப்போ சரி மா. காஃபி குடி, நீ ரெஸ்ட் எடு நான் சாப்பாட்டுக்கு சொல்லிட்டு வந்து லிஸ்ட் பார்ப்போம். "

" நீங்களும் குடிங்க மா "

சாரா ஓய்வு எடுக்க, மித்ரன் கடைக்கு சென்று வந்து இருந்தான். மீண்டும் அனைத்தும் எடுத்து வைத்து, லிஸ்ட் சரி பார்த்து, வாங்கி வந்து, இரவு உணவு செய்து நால்வரும் உண்டு. விஷ்ணு, இலக்கியா இருவருடனும் வீடியோ கால் பேசி, சாரா ஜோதிக்கு கால் பிடித்து விட்டு வர, மித்ரன் அப்பாவுடன் பேசி விட்டு வந்தான். சாரா அறைக்குள் வரவும், மித்ரன் அவளை அணைத்து கன்னத்தில் முத்தம் வைத்தான்.

" முகம் ஏன் ஒரு மாறி இருக்கு என் வீட்டுக்காருக்கு? "

" நாளைக்கு வீடே நிறையும், கல்யாணத்துக்கு அப்பாவும் அம்மாவும் யாரையும் பெருசா கூப்பிடல, நான் சங்கடப்படுவேன் விட்டாங்க. ஆனா எல்லாருக்கும் நம்ம கல்யாணம் பத்தி தெரியும். சொந்தங்களுக்கு ஃபோட்டோ அனுப்பி இருக்காங்க.

அம்மாக்கு ஒரு அக்கா மட்டும் தான். ஆனா அப்பா சொந்தத்தில் கூட பிறந்தவங்க அஞ்சு பேர். நாளைக்கு வந்து உன்னை எப்படி பார்த்து பேசுவாங்கன்னு யோசனை. "

" ஏன் நான் யாரையும் எதும் செய்யலையே? என்னை எதுக்கு..? புரியல பா "

" அது கார்த்தி அம்மா தான் எல்லாருக்கும் கடைசி தங்கச்சி. அப்பாவும் அம்மாவும் கார்த்தி பத்தி யாருக்கும் சொல்லல. ரெண்டு பேருக்கும் எதோ பிரச்சனை டைவர்ஸ் பண்ணிட்டோம் தான் தெரியும். கார்த்தி வேற கல்யாணம் பண்ணும் போது நான் தான் அவளை நல்லா பார்த்துக்கல சொல்லி இருந்தா, எல்லாரும் எனக்கு தான் அட்வைஸ் பண்ணாங்க. கார்த்தி அருளை பிரிஞ்சி வந்ததும் அவளை ஏத்துக்க சொல்லி எல்லாரும் சொன்னாங்க. அப்பா வற்புறுத்த காரணமும் அதான். உண்மை இன்னும் யாருக்கும் தெரியாது, எல்லாருக்கும் கார்த்தியை விட்டு நான் உன்னை கல்யாணம் பண்ணத்தில் வருத்தம். அதான் ஒரு மாதிரி யோசனையா இருக்கு. அத்தை மாமா கார்த்தி பெயரை காப்பாத்த போய், உன்னை யாரும் காயப்படுத்திட கூடாது இல்லையா? "

" எதும் பிரச்சனை ஆகாது பா, நான் ஒன்னும் உங்களை மயக்கி கல்யாணம் பண்ணல. ரெண்டு பேரும் விரும்பி கல்யாணம் செய்து இருக்கோம். உங்களுக்கு யார் துணையா வேணும் முடிவு செய்ய வேண்டியது உங்க விருப்பம், உரிமை. அதே போல புரியாம தெரியாம பேசுறவங்க மேல எனக்கு அக்கறை இல்ல. நான் யாரையும் காயப்படுத்த மாட்டேன். அவங்க என் அனுமதி இல்லாம என்னை காயப்படுத்த முடியாது. "

" தாங்க்ஸ் சாரா மா.. அப்பா சொன்னதும் கவலையா இருந்தேன். இப்போ நிம்மதியா இருக்கு. "

" தூங்குங்க பா நிறைய வேலை இருக்கு நாளைக்கு "

அடுத்த நாள் காலையில் சாரா காலை சமையலுக்கு பொங்கல், சாம்பார், சட்னி மூன்று சொல்லி இருக்க, அதை மித்ரன் வாங்கி வந்து இருந்தான். சொந்தங்கள் வரவும் ஜோதி வரவேற்க, சாரா தண்ணீர், காஃபி என்று கொடுக்க, அவளை மேல் இருந்து கீழ் வரை பார்த்து வைத்தனர். ஆண்கள் அவளிடம் கொஞ்சம் முகம் கொடுக்க, பெண்கள் யாரும் முகம் கொடுத்து பேசவில்லை. சாரா காலை உணவு நேரத்துக்கு அனைவரையும் உண்ண அழைக்க, யாரும் நகரவில்லை. பின்

ஜோதி அழைக்கவும் அவர்களே பரிமாறி அவர்களே உண்ண ஆரம்பித்து இருந்-தனர். மித்ரன் சங்கடமாக பார்க்க, சாரா அலைபேசியில் அழைத்தாள்.

" மதிய சாப்பாட்டுக்கு பாத்திரமும், லிஸ்ட் கொடுத்து விடுங்க பா உங்க அத்தை பசங்ககிட்ட, அவங்களே பார்த்துப்பாங்க."

" சாரா.. அது எப்படி? "

" அட கொடுங்க பா அவங்க தான் நம்ம பரிமாற கூடாதுன்னு இருக்காங்க இல்ல.. அண்ணி வீட்டுக்கு போய் அங்க பந்தல், அலங்காரம் எல்லாம் பார்க்-கனும். பார்த்துட்டு பூ கடைக்கு போய்ட்டு வரணும். உங்க அத்தைங்க எல்லாருக்-கும் வேலையை கொடுப்போம். "

" சரி சாரா.. இரு சொல்லிட்டு வரேன். "

சாரா வேறு புடவை அணிந்து வர அவளை மேல் இருந்து கீழ் பார்த்தவர்கள் அவர்களுக்குள் எதையோ பேச, சாரா அதை கண்டுகொள்ளாது மாமியாரிடம் விஷயத்தை கூறிவிட்டு காரில் ஏறி அமர்ந்து இருந்தாள். மித்ரன் வரவும் கிளம்பி இருவரும் இருந்தனர். விஷ்ணு இல்லம் சென்று ஏற்பாடுகளை கண்டவர்கள், மார்கெட் சென்று பூ வாங்கி விட்டு வர, ஜோதி இருவரையும் உணவு உண்ண அழைக்க, சாரா மித்ரனுக்கும் பரிமாறி கொடுத்து அவளும் உண்டு இருந்தாள். மாலை கார்த்தி வந்திருந்தாள். அவளை கண்டதும் மொத்த சொந்தமும் நலம் விசாரிக்க, அவளோ சாராவை நலம் விசாரித்து இருந்தாள். பெண்கள் அனைவ-ரும் பூ கட்ட அமர்ந்து இருக்க, ஜோதி அனைவருக்கும் காஃபி கொடுக்க, சாரா-வும் பூ கட்ட அமர்ந்து இருந்தாள்.

" ஏன் மா.. உன் பேர் என்ன? " மித்ரனின் பெரிய அத்தை கேட்க,

" சாரா.. சாரா தேவி "

" என்ன பேரோ.. எங்க மித்ரனும் கார்த்தியும் தான் சேர்ந்து வாழனும் நாங்க நினைச்சோம். இவன் குணம் சரியில்லாததால் தான் கார்த்தி வேற கல்யாணம் பண்ணா, இப்போ அந்த பையன் கூடவும் சரி வரல. அவன் குணம் தப்பா இருக்-கவும் அவனையும் விட்டா, நாங்க இந்த மித்ரன்கிட்ட கார்த்தி கூட சேர்ந்து வாழ சொன்னோம். அவன் ஊரில் இல்லாத அதிசயம் மாதிரி உன்னை தான் கட்-

டிப்பேன் சொல்லி கல்யாணமும் பண்ணிட்டான். எங்களுக்கு யாருக்கும் விருப்பம் இல்ல. ஆனா அவன் விருப்பம் முக்கியம் என் தம்பி சொல்லவும் சரின்னு விட்-டோம். கல்யாணமாகி ஏழு மாசமாகுதே எதும் நல்ல செய்தி இருக்கா? "

" கூடிய சீக்கிரமே சொல்றேன் பெரியம்மா "

" சொல்வியா? ஏன்னா நாலு வருஷம் ஒருத்தன் கூட வாழ்ந்து உனக்கு பிள்ளை இல்லன்னு கேட்டதும் கொஞ்சம் சந்தேகமா இருக்கு. புழு பூச்சி நிக்குமா, நிக்கா-தான்னு யோசனையா இருக்கு. அதான் கேட்கிறேன். கார்த்தி கூட இவன் ஒழுங்க வாழ்ந்து இருந்தா இந்நேரம் ரெண்டு வளைகாப்பு பார்த்து இருப்போம். பெரியவங்க சொன்னா யார் கேட்கிறது? "

" ரொம்ப சரி பெரியம்மா. கார்த்தி நல்ல பொண்ணு, நல்ல குணம் உள்ள பொண்ணு தான். அதான் ரெண்டு முறை கல்யாணம் பண்ணியும் ரெண்டு புரு-ஷனும் வேண்டாம் சொல்லிட்டாங்க. மித்ரன் கூட ஒரு வருஷமும், அருள் கூட ரெண்டு வருஷம் வாழ்ந்தும் ஒரு புழு, பூச்சி இல்ல. என் மித்ரன் குணம் சரியில்ல சொல்ற நீங்க, கார்த்தி குணம் சரின்னு சொல்றீங்க பாருங்க, அருளை விடுங்க, மித்ரன் கூட ஒரு வருஷம் முழுசா வாழ்ந்தும் பிள்ளை இல்லையே ஏன்? " சாரா கேட்கவும் அவர் வாய் மூடிக்கொள்ள,

" நானும் மித்ரனும் காதலிச்சு கல்யாணம் பண்ணிக்கிட்டோம். எங்க ரெண்டு பேருக்கும் முதல் கல்யாணம் சரியில்ல தான். அதுக்காக நீங்க என்ன பேசினாலும் சரின்னு ஆகிடாது. பெரியவங்க நீங்க நாங்க நல்லா இருக்கணும் வாழ்த்துங்க, கார்த்திக்கும் - மித்ரனுக்கும் முடிஞ்சது முடிஞ்சு போய்டுச்சு. முடிஞ்சதை பேசி இருக்கிறதையும் இழக்க வேண்டாமே? " சாரா கேட்கவும் அறையே அமைதியாகி இருந்தது. கார்த்தி மட்டும் அறைக்குள் சென்று அழுது இருந்தாள். இரவு மித்ரன் ஜோதி மூலம் விஷயம் அறிந்து சாராவை கவலையாக பார்க்க, அவளோ திடமாக அவனை அணைத்து முத்தம் வைத்து உறங்கி இருந்தாள்.

அடுத்த நாள் காலையில் கார்த்தி அனைவரையும் அழைத்து மித்ரனுக்கும் அவளுக்கும் இடையில் நடந்ததை எல்லாம் சொல்லி இருந்தாள். அதன் பின் அருள் உடன் வாழ்ந்த வாழ்வை சொன்னவள், சாரா செய்த உதவியையும், அறி-வுரையை எல்லாம் கூற, குடும்பமே அதிர்ந்து நின்று இருந்தது. ஆனால் சாரா வளைகாப்பு சாப்பாடு வேலையை தொடங்கி இருந்தாள். சமையல் உதவிக்கு இரு-வர் வந்திருக்க, கலவை சாதம் தயாராக ஆரம்பித்து இருந்தது. வீட்டின் மரு-

மகளாக, மித்ரனின் மனைவியாக சாரா அவளின் கடமையை சரியே செய்து கொண்டு இருந்தாள். விஷயம் அறிந்த பின் சாராவை கண்டவர்களுக்கு அவர்களின் தவறு புரிந்து இருந்தது. கார்த்தியும் அவளோடு சேர்ந்து கொள்ள, சாரா இன்முகத்தோடு பேசியதும், முன் தினம் பெரியம்மாவிற்கு புரிய வைக்க அவளை காயப்படுத்தி விட்டோம் என உணர்ந்து சாரா மன்னிப்பு கேட்டதும் அனைவருக்கும் பிடித்து இருந்தது. கலவை சாதம் தயாராக, சுத்தம் செய்து, குளித்து கிளம்பி வந்தவளுக்கு பெரிய அத்தையே பூ வைத்து விட, சாரா முகத்தில் புன்னகை. பழையதை எல்லாம் மறந்து அனைவரும் ஒன்றாக இலக்கியா இல்லம் நோக்கி சென்று இருந்தனர்.

30

இலக்கியாவின் வளைகாப்பு சொந்தங்கள் சூழ இனிதாய் தொடங்கியது. சாரா சந்தனம் வைத்து பூ தூவி வாழ்த்தி விட்டு இலக்கியா கையில் தங்க வளையல் பெட்டியை தர சொல்லி மித்ரனை அழைக்க, மித்ரன் சாராவுடன் சேர்ந்து பரிசளித்து இருந்தான். நிறைவாக வளைகாப்பு முடிந்து இருக்க, இலக்கியாவை பத்திரமாக இல்லத்திற்கு அழைத்து வந்தனர்.

இலக்கியா ஓய்வு எடுக்க அறையை முன்பே சாரா தயார் செய்து இருந்தாள். நல்ல இசை கேட்க சில சிடிக்கள், வாசிக்க புத்தகங்கள் என அறையை நிறைத்து வசதியாய் உறங்க மெத்தையும் தலையணையும் கூட வாங்கி இருந்தாள். இலக்கியா நன்றி சொல்ல,

" நாளைக்கு எனக்கு நீங்க தானே அண்ணி இதெல்லாம் செய்வீங்க? அப்போ நானும் நன்றி சொல்லவா? நம்ம உறவுக்குள்ள நன்றி எதுக்கு? எனக்கு உங்களை ரொம்ப பிடிக்கும் அண்ணி, தன் தம்பி நேசிக்கிற பொண்ணா இருந்தாலும் அவ வாழ்க்கை முக்கியம் நினைச்சு, எல்லாத்தையும் சொல்லி, யோசிச்சு முடிவு சொல்லு மா சொன்ன அப்பவே என் நெஞ்சில் பெரிய இடத்தை பிடிச்சுட்டீங்க. மித்ரனை பார்த்து நான் பொறாமைப்படுற விஷயம் நீங்க தான். உங்களை போல அக்கா இருந்து இருந்தா எனக்கு எவ்ளோ துணையா இருந்து இருப்பாங்க? நீங்க எனக்கு ஸ்பெஷல் அண்ணி. "

" நான் எப்பவும் உன்னோட இருப்பேன் சாரா. உன் அன்புக்கும் பாசத்துக்கும் எப்பவும் கடமைப்பட்டு இருக்கேன். இனிமேல் நானும் நீயும் ஒன்னு சரியா? "

சாரா சம்மதமாக தலையாட்ட, இலக்கியா உடை மாற்ற உதவி கேட்க, இருவரும்

கதை பேசி அன்றைய நாளை இனிதாக கழித்து இருந்தனர். இரவு அறைக்குள் வந்தவளை மித்ரன் கட்டிக்கொண்டு முத்தம் மழை பொழிந்து இருந்தான். பின் சாரா உறங்க கால் பிடித்து விட்டு இருந்தான். தொடர்ந்து வந்த நாட்களில் இரு நாள் தங்கிவிட்டு விடைபெற்று பொள்ளாச்சி சென்று இருந்தனர்.

லோகேஷ் கடையின் பொறுப்பை அழகாய் படித்து, திறமையாக செய்து இருந்தான். சாராவிற்கு அவனை மிகவும் பிடித்து இருந்தது. நாட்கள் நகர பேக்கரி வியாபாரம் சூடு பிடிக்க, சாரா கேக்களை சொந்தமாக தயார் செய்ய ஆரம்பித்து இருந்தாள். தனியாய் பேக்கிங் வொர்க் ஷாப் பயின்று பேக்கிங் நுணுக்கங்களை அறிந்து கொண்டாள். இலக்கியா ஆண் குழந்தை பெற்று இருக்க, அவளை காண இரு வாரம் சென்று வந்தனர். சமையல் பணிக்கு ஆட்களை சேர்த்து ஒரு இடத்தை வாடைக்கு எடுத்து அங்கேயே பேக்கரியின் சமையலை மாற்றி இருந்தாள். மித்ரன் பணவரவை சேமித்து பேக்கிங் பொருட்கள் வாங்கி போட்டான். முழுதாய் ஐந்து மாதம் கடந்து இருக்க, பேக்கரியின் இன்னொரு கிளை தொடங்கும் வேலையில் இருந்தான் மித்ரன். லோகேஷ் முதல் கடையை பார்த்துக்கொள்ள, சாரா கடையின் அமைப்பை பற்றி பேசி இனி அனைத்து கடைகளும் ஒன்று போலவே இருக்க வேண்டும் என, நிறம், லோகோ, வாங்கும் பொருட்கள் அனைத்தும் ஒரே மாதிரி என பார்த்து பார்த்து தேர்ந்தெடுத்து இருந்தாள்.

இன்னும் இரு நாளில் அவர்களின் முதல் வருட திருமண நாள், மித்ரன் அவனின் அலுவலக வேலையாய் அன்று மாலை சென்னை கிளம்பி இருந்தான். கல்யாண நாள் அன்று காலையில் இருப்பேன் என அவன் சொல்லி செல்லவும் சாரா சரியென கூறி அவனை வழியனுப்பி வைத்து இருந்தாள். அவளுக்கு அவளே சமாதானம் சொல்லி கொண்டாலும் மனம் அவன் அருகில் வேண்டும் என்று கேட்டது. கடைக்கு கூட செல்லாது முடங்க ஆரம்பித்து இருந்தாள். மித்ரன் அழைத்தால் நன்றாக பேசினாள், அவன் அழைப்பு முடிந்ததும் மனம் சோகமானது. உடலும் ஏனோ அவளை சோர்வாக வைத்து இருக்க வீட்டின் அறையில் முடங்கி விட்டாள். அமுதா அக்கா தான் சமைத்து அவளை சாப்பிட வைத்து இருந்தார்.

அன்று அவர்களின் திருமண நாள் மித்ரன் கிளம்பி விட்டேன் என்று கூறவும், சாரா கொஞ்சம் தெம்பு வந்து குளிக்க சென்று இருந்தாள். குளித்து வந்தவள், அவசரமாக வீட்டின் கதவை கூட அடைக்காது வெளியே சென்று இருந்தாள். மித்ரன் ஆவலாக இல்லம் வந்தால் அவனை யாரும் இல்லாத வீடு தான் வரவேற்றது. வீடு எங்கும் சாராவை தேடியவன் அவளின் அலைபேசிக்கு

அழைக்க, அது படுக்கை அறையில் இருந்தது. மித்ரன் அமுதாவின் அலைபேசிக்கு அழைத்து விசாரிக்க அவரும் தெரியாது என்று கூறி இருந்தார். மெல்ல பதட்டம் அதிகரிக்க, மாடியில் இருந்து மித்ரன் கீழ் இறங்க, சாரா மாடியேறிக்கொண்டு இருந்தாள்.

" எங்க டி போன? சொல்லிட்டு போக மாட்ட? காணோம் பயந்து போய்ட்டேன் தெரியுமா? வீட்டை திறந்து போட்டு அப்படி எங்க அவசரமா போன நீ? "

" வீட்டுக்குள்ள வாங்க பா, என்ன பழக்கம் இது? வாசலில் நின்னு கேள்வி கேட்டுகிட்டு? "

" ஏன் முகம் எல்லாம் சோர்ந்து போய் இருக்கு? என்னாச்சு? "

சாரா எதையும் காதில் வாங்காது பாத்ரூம் உள்ளே செல்ல, மித்ரன் பின்னே கவலையாக வந்து சாற்றி இருந்த கதவின் முன்னே நின்று விட்டான். சில நிமிடத்தில் சாரா கதவை திறக்க,

" சாரி மா, எதோ பதட்டம்.. அதில் ஒரு கோவம்.. உன்னை காணோம் டென்ஷன் ஆகிட்டேன். சாரி மா.. சாரி மா.. பிளீஸ்.."

" இந்தாங்க பா இதை பாருங்க "

மித்ரன் அவள் கையில் உள்ளதை பார்க்க, சாரா அமைதியாக கட்டிலில் படுத்துக்கொண்டாள். மித்ரன் கண் கலங்கி அப்படியே நின்று இருந்தான். முதல் திருமண நாள் பரிசாக தன்னவள் தந்த பரிசை பார்த்து பேச்சு வரவில்லை.

" மித்து பா.. என்ன பண்றீங்க? " சாரா கேட்கவும், அவள் அருகில் வந்து படுத்தவன் மென்மையாய் கட்டிகொண்டு அழ தொடங்கி இருந்தான்.

" எதுக்கு பா அழறீங்க? நீங்க அப்பாவாக போறீங்க, இதுக்கு அழ கூடாது மித்து பா "

" இதே போல ஒரு கல்யாண நாளில் தான் நான் ஆம்பள இல்லன்னு அவ சொன்னா சாரு மா.. இப்போ நீ என்னை அப்பாவாக்கி இருக்க, அழாம எப்படி இருக்க முடியும்? குழந்தை பெத்துக்கறது மட்டுமே ஆம்பளன்னு தகுதி இல்ல.

ஆனா என்னை இதில் தான் அவ காயப்படுத்தினா, நான் இப்போ நிறைவா இருக்கேன் சாரா."

" சரி அப்போ அழ கூடாது, போய் குளிச்சுட்டு வாங்க, எனக்கு பசிக்குது. நீங்க தான் எதாவது செய்து தரணும். "

" இதோ மா இப்போ வரேன்." மித்ரன் அலைபேசி எடுத்து ஜோதியிடம் நல்ல விஷயத்தை கூற, இலக்கியா ஆனந்தத்தில் கண் கலங்கி இருந்தாள். சாராவை கவனமாக பார்த்துக்கொள்ள சொல்லி இருந்தார். மித்ரன் அழைப்பை முடித்து குளித்து வந்து இட்லி செய்து இருக்க, அமுதா வந்து சேர்ந்தார். சாரா விவரத்தை சொல்ல அமுதா வாழ்த்து சொல்லி வீட்டு வேலையை செய்ய தொடங்கி இருந்தார். மித்ரன் சாராவிற்கு ஊட்டி விட, இட்லியை உண்டு உறங்கி இருந்தாள். நண்பர்களுக்கு எல்லாம் அழைத்து சொன்னவன், மகிழ்வில் திழைத்து இருந்தான்.

ஜெய்யும் ராகவியும் நேரில் வந்து வாழ்த்து சொல்ல, அன்றைய நாள் அவர்களோடு இன்பமாய் சென்று இருந்தது. அடுத்த நாள் அவளை கடையில் விட்டு லோகேஷிடம் பத்திரமாக பார்த்துக் கொள்ள சொல்லிவிட்டு கிளம்பி வேலைக்கு சென்று இருந்தான். அன்றே வேலையை விட எழுதி கொடுத்தவன் சாராவிடம் சொல்லாது மறைத்து இருந்தான்.

நாட்கள் நகர, அடுத்த கடையும் திறந்து இருந்தனர். மாடியில் இருந்து அனைத்தையும் கீழே மாற்றி இருந்தனர். மித்ரன் வேலை விட்டு வந்த அன்று சாரா திட்டி தீர்த்து இருக்க, மித்ரன் சாராவை ஓய்வு எடுக்க சொல்லிவிட்டு கடை பொறுப்பை அவன் கையில் எடுத்து கொண்டான். இலக்கியாவை அழைத்துக்கொண்டு ஜோதி பொள்ளாச்சி வந்து இருக்க, இலக்கியாவின் பையனை மடியிலும், சாராவை நெஞ்சிலும் தாங்கி கொண்டான் மித்ரன்.

நாட்கள் வளர இரட்டை பிள்ளைகளோடு சாராவின் வயிறும், இருவரின் காதலும் பெரிதாய் வளர்ந்து இருந்தது. கோவையில் சொந்தங்கள் எல்லாம் அழைத்து மித்ரன் தடல்புடலாக வளைகாப்பு செய்து இருந்தான். கிஷோர் அக்காவை அழைத்து செல்கிறேன் என்று கேட்கவும் மறுக்க முடியாது மித்ரன் விழிக்க, ஒரு வாரம் வைத்து கொண்டு அனுப்பி விட வேண்டும் என்று ஜோதி சொல்ல, சரியென அக்காவை அழைத்து சென்று இருந்தான் கிஷோர். அடுத்த நாளே வீட்டின் முன் வந்து நின்ற மித்ரனை பார்த்து கிஷோர் சிரிக்க, மித்ரன் அதை பற்றி கவலையே இல்லாது சாராவை காண அறைக்குள் சென்று இருந்தான்.

ஒரு வாரமும் அவளோடு இருந்துவிட்டு, அவனே அழைத்துக்கொண்டு போய் தாயிடம் ஒப்படைத்து விட்டு, பொள்ளாச்சி சென்று இருந்தான். சாராவின் பிரசவத்திற்கு குறித்து இருந்த ஒரு வாரம் முன்பே அவளை மருத்துவமனையில் சேர்த்து இருந்தனர். மூன்று நாளில் சரியாய் அவளுக்கு வலியும் வர, சுக பிரசவம் முடியாது என்று ஆபரேஷன் செய்து குழந்தையை எடுத்து இருந்தனர். ஆண் ஒன்றும் பெண் ஒன்றும் பெற்று எடுத்து இருந்தாள். மித்ரன் கண்ணீர் கண்களோடு இருவரையும் கையில் ஏந்திக் கொண்டான். தாய்மைக்கு ஏங்கிய அவளோ நெஞ்சில் போட்டு சீராட்டி இருந்தாள். இருவரின் காதலுக்கும் தாம்பத்திய வாழ்வுக்கும் சாட்சியாய், பரிசாய் வந்தவர்களை இருவரும் அன்பில் மூழ்க செய்து இருந்தனர்.

சில வருடங்களுக்கு பிறகு,

யம்மி பேக்ஸ் 16 கிளைகளை பெற்று இருந்தது. மித்ரன் கடையின் முழு பொறுப்பையும் அவனே எடுத்துக்கொண்டு இருந்தான். சாரா அவனுக்கு உதவியாக காலை முதல் மதியம் வரை உடன் இருந்தாள். மித்ரன் தான் கணக்கு பார்த்து விட்டு இரவு வந்து சேர்வான். லோகேஷ் கடையின் மேனேஜராகி இருந்தான். பெரிதாய் புது வீடு கட்டி குடி புகுந்திருந்தனர். அன்று மித்ரன் இல்லம் வர தாமதமாக,

" ஏன் பா எங்க இருக்கீங்க? இன்னும் வீட்டுக்கு வரல? சாத்விக் - சார்வி ரெண்டு பேரும் உங்களை கேட்டு அழுகை "

" மெயின் பிராஞ்ச்ல இருக்கேன் மா. வேலை முடிஞ்சுது, இதோ கிளம்பிட்டேன். "

" வரும் போது பிளாக் ஃபாரஸ்ட் கேக் எடுத்துட்டு வா.. பா " சார்வி சொல்ல, மித்ரன் புன்னகையோடு சரி என்று கூறி இருந்தான்.

இல்லம் வந்தவனை வாசலிலேயே மகனும் மகளும் தாவி அணைத்துக்கொள்ள, இருவருக்கும் முத்தம் வைத்து வீட்டின் உள்ளே வந்து இருந்தான். கேக்கை சார்வி கையில் கொடுத்தவன், மகனையும் அவளோடு அனுப்பிவிட்டு உடை மாற்ற சென்று இருந்தான். சாரா, ஜோதி இருவரும் மித்ரனுக்கு பிடித்த கோழி கறி குழம்பும் சாப்பத்தியும் செய்து கொண்டு இருந்தனர்.

மித்ரன் உடை மாற்றி வர சாராவை அவன் அருகில் அமர வைத்து, கேக்கை அவர்கள் முன் வைத்தார்கள் இரட்டையர்கள். மித்ரனும், சாராவும் ஒன்றாக கேக் கட் செய்ய குட்டிகள் இருவரும் உற்சாகமாக குதிக்க, ரங்கராஜன், ஜோதி இருவரும் கைத்தட்டி இருந்தனர். அன்று இருவரும் பத்தாம் வருட திருமண நாள். அனைவரும் ஒன்றாக உண்டு, குட்டிகள் உறங்கி இருக்க, அவர்களை பார்த்துக்கொள்ள சொல்லிவிட்டு இருவரும் சத்தமின்றி முன்பு குடியிருந்த வீட்டிற்கு வந்து சேர்ந்தனர்.

அதே பால்கனி, கை அணைப்பில் சாரா, இதமான தென்றல், மித்ரன் முகத்தில் மகிழ்வு, சாரா முகத்தில் நிறைவு.

" சாரா.. எத்தனை நாள் ஆனாலும் இது மட்டும் மாறவே இல்லை பாரேன். அதே சந்தோசம் ஒவ்வொரு வருஷமும், இது என்னிக்கும் மாற கூடாது சாரா மா.. எனக்கு இப்படியே உன்னோட சாகற வரை வாழனும்."

" ஏன் மாற போகுது? எதுவும் மாறாது. சாகுற வரை நம்ம இப்படியே இருப்போம். ஏன்னா நீங்க என் மித்ரன். நான் உங்க சாரா. ரெண்டு பேரும் சேர்ந்து நம்ம மித்ரசாராவா இருக்கிற வரை நமக்குள்ள எதுவும் மாறாது. "

சாரா சொன்னதை கேட்டு மித்ரன் புன்னகையோடு அவளின் இதழை இவன் இதழ் கொண்டு தீண்டி இருக்க, மென்மையாய் இருவரின் காதலும் அதன் வேலையை தொடங்கி இருந்தது. இருவரும் என்றும் இப்படியே மாறாத அன்பிலும் புரிதலிலும் மித்ரசாராவாக இணைந்து, இன்பமாக வாழட்டும் என வாழ்த்தி விடைபெறுவோம்.

சுபம்.

அன்பு அனைத்தும் செய்யும்.
அன்புடன்,
கௌரி முத்துகிருஷ்ணன்.

31

முடிவுரை

வணக்கம்,

மித்ரன் - சாரா இருவரும் எனது கற்பனை கதாபாத்திரங்கள். ஆனால் இருவரின் வாழ்வில் ஏற்பட்ட வலி அனைத்தும் உண்மை. மித்ரன் பற்றிய செய்தியை என் கணவரும், சாரா பற்றிய செய்தியை என் அத்தை இருவரும் கூற செவி வழி கேட்டு, அவர்களை கொண்டு கற்பனையால் புனையப்பட்ட கதை தான் மித்ர-சாரா.

கதை ஆரம்பிக்கும் முன் நிறைய யோசனையும் தயக்கமும் இருந்தது. ஆனால், கதையின் கரு எழுத வேண்டும் என்ற எண்ணத்தை ஆழமாக தோன்ற வைத்து இருந்ததால், இன்று கதையாக எழுதி நிறைவு செய்து விட்டேன்.

குறை இல்லாத மண வாழ்க்கை சாத்தியமா என்றால் இல்லை தான். ஆனால் நம் எதிர்பார்ப்பும், சுயநலமும் தாம்பத்திய வாழ்க்கை இன்னும் சிக்கல் தான் ஆக்கும். மித்ரன் - சாரா இருவரின் வலிகளை விட வலியை அனுபவிப்பவர்கள் உண்டு. வெறும் உடல் உறவு என்பது அல்ல தாம்பத்தியம்.

அந்த உடல் உறவில் நிகழும் சிறு சிறு வலிகளுக்காக, காயங்களுக்காக, மறுமணம் வேண்டாம் என்று மறுத்து, பயந்து, தயங்கி இனி வாழ போகும் வருங்கால நாட்களை அழித்து பயனேதும் இல்லை. மணவாழ்க்கைக்கு யாராலும் உறுதியோ, உத்திரவாதமோ தர முடியாது. எப்போது வேண்டுமானாலும் மனித மனம் மாறும்.

கணவன் மனைவி இடையில் சண்டையும் பிரிவும் வரும் தான், ஆனாலும் அந்த சண்டைக்கு பின்பும், பிரிவுக்கு பின்பும் உறவு கைகூட புரிதலும் அன்பும் வேண்டும். எந்த இடத்தில் புரிதல் உண்டோ அங்கே பிரிவு என்பது இல்லை. தாம்பத்தியம் நிலைபெற தேவை அன்பும் புரிதலும் தான். இதை சொல்லவே மித்ரசாரா என்னும் கதை களம்.

அன்பு அனைத்தும் செய்யும்.

அன்புடன்,
கௌரி முத்துகிருஷ்ணன்.

www.ingramcontent.com/pod-product-compliance
Lightning Source LLC
LaVergne TN
LVHW040433051026
849517LV00002B/583
9798886843675